# ஸ்ரீ அரவிந்த யோகி



கு. ப. ராஜகோபாலன்

*Title: Sree Aravindha Yogi*

*Author: K. P. Rajagopalan*

*Language: Tamil*

*First Published on: 1943*

*Year of Publication: 2025*

*Book Format: Paperback*

*Page Size: 6inch * 9inch*

*Category: Biography*

*Subject: Religious Biography*

*No. of pages: 72*

*ISBN: 978-81-686511-7-3*

*Published by: Nilan Publishers, Madurai, Tamilnadu, India*

# பொருளடக்கம்

குறிப்புகளுக்காக

# முகவுரை

"ஸ்ரீ அரவிந்த யோகி" என்னும் நூலை எழுத இன்றியமையாத ஒரு தேவை உண்டு; அதுதான் கவித்துவம். அது ஸ்ரீ கு. ப. ராஜகோபாலன் அவர்களிடம் பிறவிக் குணமாகக் காணப்படுகிறது. கனிந்த, காட்சி நிறைந்த உள்ளம், தெளிந்த, எழில் பொறித்த சொல், மண்டும் சுவை, தனக்குத்தானே விளங்கும் அவ்வளவு எளிமை - இவை ஸ்ரீ கு. ப. ராஜ கோபாலன்.

இவைகளை வைத்துக் கொண்டு, அவர் சொல்வதைக் கவனிப்போம்: "ஸ்ரீ அரவிந்த யோகத்தைப் பற்றி ஒளியுடன் எழுத ஒரு சாதகனுக்குத்தான் முடியும் யோகானுபவம் ஒரு சிறிதேனும் உடையவன் தான் அந்தக் காரியத்தைச் சரியாகச் செய்ய முடியும். நான் ஸ்ரீ அரவிந்த யோகத்தைக் கலை முறையில் அறிய (அறிவிக்கவும்) முயற்சி செய்கிறேன்" இதனால் அவருடைய நிறையும் குறையும் எவ்வளவு, எத்தகைத்து என்பதை ஒரே மூச்சில் தெளிவுபடுத்துகிறார்.

கவி முற்றி யோகி ஆகிறான் என்பதைப் பன்முறை தெரிவிக்கிறார். எனது அநுபவம் ஒரு சிறிது வேறுபாடுடைத்து. சாதாரணமாக வழங்கும் அருத்தத்தில், கவி என்பவன் எழுத்துச் சிற்பி சாயத்தைத் தீட்டும் ஒளியனைப்போல், கல்லை வெட்டி உருவாக்கும் கற் சிற்பியைப் போல். யோகியோ, வாழ்க்கைச் சிற்பி; தினே தினே, தன்னை அண்டி உள்ளவர்களின் வாழ்க்கையை உருவாக்கித் தருபவன். கவி,கலைஞன், ஓவியன், சிற்பி, சாஸ்திரக்ஞன் (நூலோன்) முதலிய யாவரும் யோகிக்கு முதலிடம் கொடுத்தாக வேண்டி யிருக்கிறது. இவர்கள் தங்கள் தங்கள் வழியில் எவ்வளவிற்கு முற்றிய போதிலும் யோகி ஆகிவிட முடியாது.

"ஸ்ரீ அரவிந்த யோகி" என்னும் புஸ்தகத்தில் "உத்தரபாராப் பிரசங்கத்தின்" மொழி பெயர்ப்பு முக்கியமான அம்சம். நான் இதுவரை இந்தப் பிரசங்கத்தின் மொழிபெயர்ப்பில் இரண்டைப் பார்வை யிட்டிருக்கிறேன். அவை ஏற்கனவே வெளிவந்துள்ளன. ஆனால் ஸ்ரீ கு. ப. ராஜகோபாலன் அவர்களுடைய தமிழ்ப் படுத்தலானது, இணையற்று நிற்கிறது. இதற்குக் காரணம் அவரது கவித்திறன் மட்டுமல்ல ; அவரது புஸ்தகத்தைப் படிக்கும்பொழுது, அவருடைய அநுபவ உணர்ச்சித் தெளிவும், கனிவின் மையால் ஏற்படும் படபடப்பு இல்லாமையும், நிதானமான வேகமும், செம்மையும், ஆராய்ச்சி நுகர்ச்சியால் ஏற்படும் அறிவின் விரிவும், உள்ளத்தினது ஊக்கத் தீயின் வெளிச்சமும் நிறைந்து காணப்படுகின்றன.

"ஸ்ரீ அரவிந்த யோகி" என்னும் புஸ்தகத்தைப் படிக்கும்பொழுது ஆசிரியரின் கவனம் எங்கு ஊன்றியுள்ளது என்பது வெகு தெளிவாய்ப் புலனாகிறது. நான் ஸ்ரீ அரவிந்தரைப் பற்றி இரண்டொரு சுவடிகள் படித்திருக்கிறேன். அவைகளில் ஸ்ரீ அரவிந்தரின் வெளி வாழ்க்கையைப் பற்றி, தினசரிக் குறிப்புப் புஸ்தகம் போல் பல விஷயங்கள் எப்பொழுது படுக்கிறார், என்ன சாப்பிடுகிறார் போன்றவை காணப்படுகின்றன. ஸ்ரீ கு. ப. ராஜகோபாலனின் கவனமனைத்தும் ஸ்ரீ அரவிந்தரின் உள்ளப்போக்கை ஆராய முயலுவதிலும், தெளிவதிலும் சென்றிருக்கிறதென்பது என் நெஞ்சில் பூரிப்பைத் தருகிறது.

கவி யுள்ளத்திற்கு ஒரு தனிப் பார்வை, தனி உணர்ச்சி உண்டு. கவி யுள்ளம் ஒரு சாதாரண மனிதனின் உள்ளம் போன்றதல்ல. "ஸ்ரீ அரவிந்த யோகி" என்னும் புஸ்தகத்தின் முக்கிய அம்சம், உத்தரபாராப் பிரசங்கம்; அதைச் சாக்காக வைத்துக் கொண்டு, வெகு நுட்பமாகவும், வெகு அழகாகவும் ஸ்ரீ அரவிந்தரின் சரிதையும், ஸ்ரீ அரவிந்த யோகமும் பிரசங்கத்தைச் சுற்றிக் கோக்கப்பட் டிருக்கின்றன. சரிதையில் முக்கிய அம்சங்கள் எதுவும் விடப்படவில்லை. ஸ்ரீ அரவிந்தரின் வாழ்க்கையில், "திரும்பு முனை"யாக நிற்கும் முக்கிய அம்சத்திற்குக் குறி,

உத்தரபாராப் பிரசங்கம். ஆனால் புஸ்தகத்தைப் படித்து முடிக்கும்பொழுது, ஸ்ரீ அரவிந்தருடைய சரிதை மிகவும் பிரதானமெனவும், உத்தரபாராப் பிரசங்கம் ஸ்ரீ அரவிந்தரின் வாழ்க்கைப் பாதையில் எரிந்துகொண்டிருக்கும் வழிகாட்டி போன்ற தீப ஸ்தம்பமெனவும் நம் மனத்தில் பதிகிறது. ஸ்ரீ அரவிந்தரின் சரிதையை ஸ்ரீ கு.ப.ராஜகோபாலன் எழுதிய வண்ணம் படித்துக்கொண்டு போகும்போது, ஒரு கரைகாணா விரிகடலைப் பரப்பி, நினைப்பரிய ஒரு பேர் அமைதியை நிறுவி, நடுவில் ஸ்ரீ அரவிந்தரின் சிலையைச் செதுக்கிச் சிறப்பித்துவிட்டு அவர் சொல்லும் போது "1909-ல் தான் ஸ்ரீ அரவிந்தருடைய ஜீவியத்தில், பொது வாழ்க்கையில் அவர் ஈடுபட்டதன் உச்ச நிலை. முன்பும் தனிமை ; பின்பும் தனிமை " விண்டுரைக்க அரிய ஒரு மர்மத்தை எட்டிய மாதிரி, ஒரு கலக்கமற்ற மகிழ்வும், மர்மத்தைத் தீண்டுவோமோ என்ற விசனத் தூண்டலினால் ஏற்படும் வேட்கையும் உண்டாகின்றன ஆச்சரியம் கலந்து. கவியின் போக்கே வேறு. அவன் கண்ணிற்கு, சாதாரண மனிதன் பார்வைக்கு எட்டாத தெல்லாம் புலனாகும். கவி தடிப்பு நீங்கியவன்.

மறுபடியும், ஸ்ரீ அரவிந்தயோகி என்னும் புஸ்தகத்தை எடுத்துக்கொள்வோம் : மற்றவர்களைப் போலல்லாது, விஷயங்களைப் பன்னிரண்டு பகுதிகளாக வகுத்திருக்கிறார். ஒவ்வொரு பகுதிக்கும், நல்ல, இனிய பெயர் தந்திருக்கிறார். உதாரணம்: முதல் கட்டம், "சிறு வரலாறு, இரண்டாவது, "விதை நிலம்", மூன்றாவது, "விளையும் பயிர்", நாலாவது, "உரம்", ஐந்தாவது, "நீயும் என்னுடன் வருவாயா...?" என்பன போன்ற பெயர்கள் எவ்வளவு அழகாகவும் பொருத்தமாகவும் இருக்கின்றன வென்பதைச் சொல்லத் தேவையில்லை. " நீயும் என்னுடன் வருவாயா...?" என்னும் பெயர், ஸ்ரீ அரவிந்தர் தம் பத்னிக்கு எழுதிய கடிதத்தில் காணப்படுகிறது. அதைத் தலையங்கமாக்கி, சரிதையின் போக்கில் உள்ளத்தின் வளர்ச்சியின் கதியை ஒப்ப நல்ல பொருத்தமான கட்டத்தில் ஏற்ற பெயராகத் தந்திருக் கிறார், கு.ப.ராஜகோபாலன் இது நாவலர் திறன்.

கடைசியாக ஸ்ரீ அரவிந்த யோகத்தைப் பற்றி இரண்டொரு வார்த்தை சொல்லிவிட்டு நிறுத்துவதாக இருக்கிறேன். முதன் முதலாக ஸ்ரீ அரவிந்த யோகத்திற்கு அஸ்திவாரம் வேதம். அவர் யோக வழியில் தாமாகச் சென்று கொண்டிருந்த பொழுது, ரிக் வேதம் அகஸ்மாத்தாய் அவர் கைக்கு எட்டியது. வேத ரிஷிகளின் அனுபவங்களுக்கும் தம்முடைய அநுபவங்களுக்கு முள்ள ஒற்றுமையைக் கவனித்தார். வேதம் உதவியாயிற்று. பல பல நூற்றாண்டுகளுக்குப் பிறகு, வேதம் கேவலம் கர்மகாண்டமல்ல வென்பதையும், பாரமார்த்திக அநுபவங்கள் எண்ணற்று அதனுள் பொதிந்து கிடக்கின்றனவென்பதையும் எழுத்து மூலம் "ஆர்யா"வில் தெரிவித்தார். பாரமார்த்திக வாழ்க்கையைத் தேடுபவனுக்கு வேதம் ஒரு பேருதவி என்பதும் காரியாம்சத்தில் புலனாயிற்று. ஆனால் இத்துடன், ஸ்ரீ அரவிந்தர் நின்றுவிடவில்லை. அவர் இந்த உலகிற்கே புதியதோர் புத்தம் புதியதோர் விஷயத்தைக் கொண்டு வந்திருக்கிறார். மகோன்னதமான விஷயம். சிலர் சொல்லுவது போல், அத்துவைதத்தையும், துவைதத்தையும், விசிஷ்டாத்து வைதத்தையும், ஸ்ரீ ஸ்ரீ ராமகிருஷ்ண விவேகானந்த தத்துவத்தையும், இயேசு சொன்னதையும், தற்கால மேனாட்டு "ஸயன்ஸின்" முடிவுகளையும் ஒன்றாய்ச் சேர்த்துப் பிசைந்து, ஒத்து வாராததை உதறித்தள்ளி, மிகுந்து நின்றதை ஒரு புதிய மார்க்கமாகப் போதிக்கிறார் என்று கருதுவதானது சுத்தப் பிழையாகும். ஸ்ரீ சங்கராசாரியார் சொன்னதையாவது, ஸ்ரீ ராமாநுஜர் சொன்னதையாவது அல்லது மற்ற எவர் சொன்னதையாவது திரும்பச் சொல்ல ஸ்ரீ அரவிந்தர் இவ்வுலகில் அவதரிக்கவில்லை. அவர் சொல்வது ஒரு மகத்தான, புதிய உண்மை.

நான் சிறு வயதில் என் பாட்டி பல தடவைகளில், கடைசியில் வைகுந்தத்திற்குப் போய் லட்சுமீ ஸமேதரான ஸ்ரீமந் நாராயணனுக்கு நித்திய ஸேவை செய்ய வேணும். இதற்கு இந்தப் பூமியில் எத்தனையோ கோடி ஜன்ம மெடுத்து பாபங்களைக் கழித்து ஆக வேணும் " என்று சொல்ல அவள் மடியிலிருந்தபடியே கேட்டிருக்கிறேன். நானோ

வைஷ்ணவன். லோகத்தை மாயை என்று சொல்லாதவன். இருந்தும், இவ்வுலகம் கேவலம் பாபத்தைக் கழிப்பதற்காக மட்டிலுமாயின், ஸ்ரீ சங்கராசாரியாரைப் போல் "ஜகன் மித்யா" என்று சொல்லுதல் உசிதம். இவற்றிற்கெல்லாம் மாறாக, முதன் முதலாக ஸ்ரீ அரவிந்தர், இந்த ஜகத்தை பரமனின் தோற்ற மென்கிறார். உணர்வின் பரிணாமத்தை விளக்கும்போது, அதன் குறி அல்லது உத்தேச்யம் என்ன என்பதைத் தெளிவுபடுத்துகிறார். உடல், உயிர், உணர்ச்சி, அறிவு, தன்னறிவு என்ற வேறுபாடுகளைப் படிப்படியாகக் காட்டுகிறார். ஸ்தூல உலகம் - கல், மண் ; உயிர் -உணர்ச்சியின் தோற்றம் - மரம், செடி, விலங்கு; அறிவின் ஆட்சி-மனிதனிடம் ; தன்னறிவு - மனிதரிடைப் பாரமார்த் திக நாட்ட முடையோரிடம். இதற்கும் அப்பால் மனோ ஸமுத்திரத்திற்கப்பால், விஞ்ஞானம் இருக்கிறது என்கிறார் ஸ்ரீ அரவிந்தர். அதுதான் ஸத்ய உலகம்.

இந்த ஸத்ய உலக உணர்வின் மீது, மனிதன் வேட்கை கொள்ளும்போது, அது அவனிடம் முழுமையும் குடியேறும். அப்பொழுது அவன் அதி மானுஷன் ஆகிறான். விலங்கிற்கும் மனிதனுக்கும் எவ்வளவு வித்தியாசம் இருக்கிறதோ, அதற்கு மேலாக மனித னுக்கும் அதிமானுடனுக்கும் வித்தியாசம் இருக்கும் என்பது கொள்கை.

கீதையில் ஸமர்ப்பணத்தைப் பற்றிக் கூறியிருக்கிறது. ஸமர்ப்பணத்தின் பிறகு பயிற்சிக்கு வேண்டிய முறைகளைக் கீதையில் காண்பதரிது. உபநிடதம் மனத்திற்கப்பால் எவ்வித ஒளி உள்ளதென்பதை மனத்திற்குப் புலப்படுத்துகிறது. வேதம் தேவருலகை எடுத்துக் காட்டுகிறது. மேனாட்டு அப்படியே "ஸயன்ஸு" வெளிப் போக்கில் அடியோடு ஈடுபட்டு, கிடக் உள்ளத்தின் ரகசியங்களை அறிய இயலாது கிடக்கிறது: உள்ளத்தை ஆராயும்போது கூட, வெளியுலகு கஜக்கோலை ஆதாரமாகக் கொள்கிறது. இதனால் ஒரே இடத்தில் சுற்றிச் சுற்றிக்கொண்டு வெளிப்புகல முடியாது நிற்கிறது.

இது சமயம், பயிற்சியினால் படிப்படியாக, எவ்வாறு உயர ஏறலாமென்றும், மேல் நிற்கும் சக்தியிடம் அடைக்கலம் புகுந்து ஈடுபட்டு, அவளை வேண்டி உறுதித் தீ மூட்டி உள்ளத்தில் குடி புகச் செய்து உயரத்தில், மனத்திற்கப்பால் ஒழுங்குற, சீராய் நிற்கும் உண்மையை ஆவாகனம் செய்து தரச்சொல்ல வேண்டும் என்றும் ஸ்ரீ அரவிந்தர் சொல்வது போலத் தோன்றுகிறது. உடல், உயிர், மனம் இவை மூன்றும் ஒளி வலி இன்பமாக மாறும் வழியைத் தம்முடன் உருப்படுத்த ஸ்ரீ அரவிந்தர், இப் புவிமீது ஸ்ரீ அன்னையை அவதரிக்கச் செய்திருக்கிறார்.

ஸ்ரீ அரவிந்தாசிரமம்,
புதுவை.

**க.அமுதன்**

# ஸ்ரீ

# அரவிந்தயோகி

## முதல் அத்தியாயம் : சிறு வரலாறு

*1905*-ஆம் வருஷத்தில் வங்காளப் பிரிவினைக் குப்பின் உண்டான கிளர்ச்சி காலத்தில், நாடெங்கும் பாபு அரவிந்தகோஷ் என்று பிரக் கியாதி அடைந்தவர், சுமார் முப்பத்து மூன்று வருஷங்களுக்குப் பிறகு, இன்று உலகப் பிரசித்தி பெற்ற அரவிந்த யோகியாக இருக்கிறார். அன்று அவருக்கு வயது முப்பத்து மூன்று; இன்று அறுபத்து ஆறு. உத்தர யோகி என் றும் அவருக்கு ஒரு பெயர் உண்டு. அதற்கு ஒரு சரித்திரம் இருக்கிறது. தென்னாட்டில் இருந்த ஸித்த புருஷர் ஒருவர், ஸ்ரீ அரவிந்தரின் வருகையை முன் கூட்டியே வடநாட்டி லிருந்து (உத்தர திக்கிலிருந்து) ஒரு யோகி இங்கு வருவார் என்று சொன்னாராம். ஆனால் இன்று அந்தப் பெயருக்கு ஓர் ஆழ்ந்த பொருளும் கூறலாம்.

ஸ்ரீ அரவிந்தர் இன்று ஒரு நிகரற்ற ஒளி உருவமாக விளங்குகிறார். சமீபத்தில் காந்திஜி சொன்னது போல, ஜனங்கள் உலகத்தில் எங்கெங்கிருந்தோ, அந்த ஸாதனையின் சக்தியால் இழுக்கப்பட்டவர்களாய்ப் புதுவையில் இருக்கும் அவருடைய ஆசிரமத்தைத் தேடி வருகிறார்கள் - ஒளியைத் தேடிவரும் உயிர்கள் போல. அவருடைய மகா மௌனத்தின் அழைப்பு எட்டுத் திக்குகளிலும் எதிரொலி செய்கின்றது. அவருடைய ஸாமீப்பியத்தின் பலனை அடைய மக்கள் திரள்

திரளாகச் சென்று அவரைச் சரண்புகுந்து ஆத்ம சாந்தி பெறுகிறார்கள். அவர் நடத்தி வந்த ஆர்யா என்ற பத்திரிகை நின்று போன காலம் முதலே, இந்த மகா மௌனம் ஆரம்பித்து விட்டதாகச் சொல்லலாம்; நாளுக்கு நாள் அது அதிகமாகி, பதினாறு வருஷங்களுக்குப் பிறகு இன்று, அவர் சம்பந்தப் பட்ட மட்டில் ஒரு விதமான ஸர்வ ஸங்க பரித்தியாகமாகவே மாறிவிட்டது எனலாம்.

புதுவை ஒரு புது தரிசனம் பிறந்து வளரும் பொன்னகரமாக மாறிவிட்டது. தென்னாடே புண்ணிய பூமியிலும் ஒரு புனிதப் பகுதி யல்லவா? அத்வைதத்தைச் சித்தாந்தம் செய்த ஆதி சங்கராசார்யர் நடமாடிய நாடு இது; ஆழ்வார்கள், ஸித்தர்கள், தேவாரத் திருவாசக முனிவர்கள் முதலிய மூர்த்திகள் பிறந்து அறிவு பெற்ற இடம்; ஒப்பற்ற ராஜ யோகியாகிய ஸதாசிவேந்திரர் உலவிய உன்னத மண் இது. இந்த ஞான வீரர்களின் வாயால் பாடல் பெற்ற பொன்னாடு அல்லவா இது?

ஆரிய பூமியே ஞான விருத்தர்கள் தோன்றின விசேஷ ஸ்தலம். வேத காலத் தில் மகரிஷிகள் மரத்தடிகளில் உட்கார்ந்து கொண்டு மகா மந்திரங்களை மொழிந்தார்கள். பின் வந்த புனித புருஷர்கள் உபநிஷத்துகளை உற்பத்தி செய்து ஈசுவரனைக் கண்டார்கள்.

அவர்கள் ராஜபாட்டையான வேதாந்தத்தை ஆறு தரிசனங்களின் சேர்க்கையாகக் கண்டு ஸ்தாபனம் செய்தார்கள்.

வேத மூலமான (வைதிக மார்க்கம்) அவைகளின் ஆதாரத்தில், யோக தரிசனத்தின் ஒரு பரிணாமமாக (வளர்ச்சியாக) இன்று, ஸ்ரீ அரவிந்த யோகி ஒரு புது ஸாதனையைக் கண்டுபிடித்துப் புகட்டுகிறார். மேல் நாட்டு விஞ்ஞான ஆராய்ச்சிகளின் முடிவுகளையும் வேதாந்தத்தின் உட்கருத்தையும் சேர்த்து ஒன்றாகச் சமைத்தது போன்றது இந்தப் புது வழி. மேல் நாட்டுப் பௌதிக பரிணாம வாதத்தின் ஸாரத்தை நமது

ஆத்மைக்கியக் கொள்கை யுடன் பிணைத்து अमृत इह भवति என்ற தத்துவத்தைச் சாத்தியமென்று ஸ்ரீ அரவிந்தர் காட்டுகிறார்.

இந்தத் தரிசனத்தின் அம்சங்களை ஒன்று கூட்டி, சுருக்கமாகக் கடைசியில் சொல்லலாமென்று எண்ணுகிறேன். ஆனால் அரவிந்த யோகத்தை அதே தெளிவுடனும் நிறைவுடனும் எடுத்து விளக்க வேண்டுமானால், எழுதுகிறவனும் ஒரு ஸாதகனாக இருக்கவேண்டியது மிகவும் அவசியம். அவரிடம் நேரிடையான உபதேசம் பெற்றிருக்க வேண்டும்; அதாவது, நேரிடை உபதேசக்கிரமம் என்று கிடையாதாகையால், அவருடைய அருகிலிருந்து ஏற்படும் ஒரு முதிர்வு -பக்குவம் - இருக்கிறவன்தான் அதைப்பற்றித் தேர்ச்சியுடன் எழுத முடியும். அவன்தான் பூர்ண யோகத் தைப்பற்றி எழுதக்கூடிய உண்மையான அதிகாரி.

கீழ் சமுத்திரக் கரையில் மௌனமாக உதயமாகியிருக்கிற ஒளியை ஒரு ஜன்னலின் மூலம் கிரகிப்பது போல, நான் என் உள்ளத்தில் கிரகித்து நிர்ணயிக்க முயலுகிறேன். அந்த யோகத்தின் மூலாதாரக் கொள்கையின்படி, மனிதனின் மனதே, இப்பொழுது இருக்கிற தசையில், தத்துவத்தை முழு உருவுடன் அறியும் தகுதியற்றது. ஆகையால் நான் ஏன் பயப்பட வேண்டும்?

முக்கியமாக இது, ஸ்ரீ அரவிந்தருடைய வாழ்க்கையைப் பற்றிய சிறு வரலாறாக இருக்க வேண்டுமென்பது என் முயற்சி; ஆனால் அவருடைய வாழ்க்கையையும் லட்சியத்தையும் லகுவாகப் பிரித்தெடுத்து விட முடியாது; அவருடைய வாழ்க்கை அவருடைய லட்சியத்தின் ஸாரம், அவருடைய லட்சியத்தின் வியாக்கி யானம். அவருடைய லட்சியம், அவருடைய வாழ்க்கையின் மூலம். சொல்லும் பொருளும் போல, அவை இரண்டும் ஒன்றுபட்டவை. ஒன்று மற்றொன்றின் உதவியின்றி விளங்காது. ஆகையால், ஒரு முறையில், நான் அவருடைய வாழ்க்கையைப் பற்றி ஒருவாறு எழுதி முடித்து விட்டேனானால், அவருடைய

கொள்கையைப் பற்றிக் கூட எழுதினவனாகி விடுவேன். அவருடைய கொள்கை அவருடைய வாழ்க்கையுடன் சேர்ந்தாற் போலவே இடைவிடாமல் வளர்ச்சி பெற்றிருக்கிறது.

"உத்தர பாரப் பிரசங்கம்" என்று இப்பொழுது பிரசித்தி அடைந்து விட்ட "கர்ம யோக சாஸ்திர சங்கிரகத்" தில் அவர் குறிப்பிடும் விசுவரூப தரிசன காலம், அரவிந்தயோகியின் வாழ்க்கையில் ஒரு 'திரும்பு கால்' என்று சொல்லலாம். அந்த இடம் ஒரு பீட பூமி. அதிலிருந்து பார்த்தால் அவருடைய வாழ்க்கையின் முற்பகுதியான மலைச் சாரலும் பிற்பகுதியான சுத்த சமவெளியும் நன்றாகத் தெரியும்.

உத்தர பாரம் என்ற வார்த்தையிலேயே ஒரு விசேஷ அர்த்தம் இருக்கிறது. உத்தர பாரம் என்ற வடமொழிப் பதத்தை மறுகரை அல்லது வடகரை என்று கொண்டால், ஸ்ரீ அரவிந்தர் அப்பொழுது கரையேறின சமயம், அல்லது அக் கரை கண்ட சமயம்.

அதற்குமுன் அவருடைய வாழ்க்கையிலும் லட்சியத்திலும் தயக்கம், ஏக்கம், தாமதம் - இவையெல்லாம் - கொஞ்சம் அவ நம்பிக்கை கூட - இருந்தனவென்று சொல்லலாம். அதற்குப் பிறகு எல்லாம் ஒரே ஒளி ; எல்லாம் ஒரே விளக்கம் - நம்பிக்கை, தைரியம்; உள்ளப் பூரிப்பு, சக்தி ஸான்னித்தியம்.

அது நிகழ்ந்தது *1908*-ஆம் வருஷத்தின் நடுவில். அவருக்கு அப்பொழுது வயது முப்பத் தாறு. மகான்கள் மகத்தான காரியங்களைச் சாதித்த வயது அதுதானே?

# இரண்டாம் அத்தியாயம் : விதை நிலம்

ஸ்ரீ அரவிந்தர் 1872-ஆம் வருஷம் ஆகஸ்டுமாதம் 15-ஆம் தேதி கல்கத்தா நகரத்தில் பிறந்தார்.

அவர் பிறந்த பொழுது வங்காளத்தில் புத்துயிரின் விதை வெடித்து இலை விட்டுக் கொண்டிருந்தது; ஜோதிஷ ரீதியாக ஒருவன் எப்படி ஒரு குறித்த நேரத்தில் பிறந்தால் குறித்த கிரகங்களின் பலத்தைப் பெற்று, வாழ்க்கையிலும் அவைகளால் பாதிக்கப்படுகிறான் என்கிறார்களோ, அதே மாதிரி அந்தப் புது வாழ்க்கையின் தலைக்காலத்தில், அதுவும் அது முதல் முதல் பிறந்த இடமாகிய வங்காளத்தில் தோன்றிய காரணத்தால், ஸ்ரீ அரவிந்தர் உள்வாங்கிய முதல் மூச்சிலும், உட் கொண்ட முதல் ஆகாரத்திலும் அதன் உணர்வு உள்ளே சென்றிருக்க வேண்டும்.

இந்தப் 'புதுப் பிறவி' வங்காளத்தில் முதலில் முளை கண்டதன் காரணம், வங்காளம் ஆங்கில நாகரிகத்தின் அலைப்பெருக்கில் முதலில் ஈடுபட்டதுதான். அதற்குப் பல சரித்திர சம்பந்தமான காரணங்கள் இருக் கின்றன. அவற்றை இங்கு விஸ்தரித்துக் கூறவேண்டிய அவசியமில்லை. ஆங்கில சம்பந்தம், முதல் முதலில் வங்காளத்திற்குத்தான் அதிகமாக ஏற்பட்டது. இந்தியாவின் மற்றப் பாகங்களுக்குப் பிறகுதான் அது விஸ்தார மாகப் பரவிற்று.

ஆங்கில நாகரிகத்தின் சேர்க்கை இந்திய சமூக வாழ்க்கையை இரு வகைகளில் பாதித்தது. அரசாட்சி செலுத்தினவர்களான ஆங்கிலேயரின் நடை உடை பாவனைகளை இந்தியர் பின்பற்றியதால் ஏற்பட்ட மாறுதல்கள் ஓர் அம்சம்; ஆங்கிலக் கல்வியின் தூண்டுதலால் ஏற்பட்ட கலையுணர்ச்சி, சரித்திர

உணர்ச்சி, தேசீய உணர்ச்சி - இவை மற்றோர் அம்சம். இம்மாறுதல்கள் இந்திய நாகரிகத்தை ஒரு விதத்தில் குலைத்தன ; மற்றொரு விதத்தில் அதன் உயரிய அம்சங்களுக்குப் புத்துயிர் அளித்தன. மன்மதன் சிவபிரானுடைய கண்நெருப்பால் எரிந்தபோது ஏற்பட்ட ஸம்ஹாரத்திலிருந்து மன்மதனுக்குத் தூய தான புனர்ஜன்மம் ஏற்பட்டது போல, இந்த ஸம்ஹாரத்திலிருந்து ஒரு சிருஷ்டி ஏற்பட்டது. பழைய மல்லிகைக் கொடியை லேசாகக் கிளறி, கொஞ்சமாக அடியில் அனல் இட்டால் மறுபடியும் நன்றாகத் தளிர்த்துப் பூக்கும் என்பார்களே, அதுபோல இந்த ஆங்கில சம்பந்தம் இந்திய மறு மலர்ச்சிக்கு ஒரு தூண்டுதலாக அமைந்தது.

இவ்விரு மாறுதல்களின் பலனாகத் தோன்றிய புது சமூகத்தில் ஒரு புரட்சி மனப் பான்மையும் உண்டாயிற்று. ஆனால் இந்த மாறுதல்களும் புரட்சியும் மேலெழுந்த அலைகளைப் போன்று ஒரு சிறு பான்மையான சமூகப் பகுதியில்தான் ஏற்பட்டன என்பதைக் குறிப்பிடவேண்டியது அவசியம். நாட்டின் பெருவாரியான மக்கள் வாழும் லக்ஷக் கணக்கான கிராமங்கள் அடிநீர் போல அப்படியே கிடந்தன.

ஆங்கில நாகரிகம், ஆங்கில அரசாட்சியைப் போலவே, சமூகத்தின் மீது கண்காணாத பல பலத்த தளைகளை இட்டுவிட்டது என்பதைப் புத்துணர்வு பெற்ற பல புத்திமான்கள் உடனே கண்டார்கள். ஆங்கில அரசாட்சியின் கீழ் நாம் அனுபவிக்கும் அடிமைத்தனத்தைக் காட்டிலும் ஆங்கில நாகரிகத்தின் கீழ் நாம் அடிமைப்பட்டுப் போய்விட்ட கொடுமையைக் கண்டு சில தீர புருஷர்கள் மனக் கொதிப்புக் கொண்டார்கள். அரசியலிற் போல, ஏனைத் துறைகளிலும் அதை எதிர்த்துப் போராட முன்வந்தார்கள். அந்த மோகன அஸ்திரம் போன்ற மேல் நாட்டு மயக்கம் மாறுவதற்கு ஒரு மாற்றாக நமது நாகரிகத்தின் நித்திய அம்சங்களை ஆராய்ந்து புத்துயிர் ஏற்றிப் பரவச் செய்ய வேண்டுமென்று மும்மரித்து வேலை செய்தார்கள். நமது நாகரிகத்தின் அழுகிப்போன சில பாகங்களை அவர்கள் நீக்க

வேண்டுமென்று பகிரங்கமாகச் சொல்லவும் தயங்கவில்லை. முதலில், முகம்மதிய ஆதிக்கத்தின் கீழும், பிறகு பலத்து வந்த ஆங்கில ஆதிக்கத்தின் கீழும் இஸ்லாம், கிறிஸ்துவ மதங்கள் ஆரிய சமாஜம் சிதைவு கொள்வதற்குப் பெரிய காரணமாக ஏற்பட்டதைக் கண்டு ஒரு சிலர் மதப்பிரசாரம் செய்ய ஆரம்பித்தார்கள்; சிலர் சமூக சீர்திருத்தங்களைச் செய்ய ஆரம்பித்தார்கள்; சிலர் கல்வி வளர்ச்சியில் ஈடுபட்டார்கள்; மற்றும் சிலர், கலை உற்பத்தியில் ஈடுபட்டார்கள்; இந்தக் காரியங்களெல்லாம் எளிதில் ஈடேறுவதற்குச் சாதனமாக வேண்டிய அரசியல் சுதந்திரத் திற்குப் பாடுபட மற்றும் பலர் தீவிரமாக முனைந்தார்கள்.

இப்படியாக, பாரத சக்தி, நவஜீவன் இயக்கத்தில், பல முகங்கள் கொண்டு வீரா வேசத்துடன் எழுந்து நின்றாள்.

அரசியல், மதம், சமூகம், கலை, கல்வி, பொருளாதாரம் முதலிய ஜீவாதாரமான துறைகளில் தேசீயத்தை ஸ்தாபித்து, பாரத சக்தியை மறுபடியும் இந்நாட்டில் கொலு வீற்றிருக்கச் செய்யவேண்டுமென்று அவளுடைய தவப் புதல்வர்கள் பலர், கங்கணம் கட்டிக்கொண்டு கிளம்பினார்கள். அந்தப் புனிதமான பெயர்களை ஒரு தரம் சொன்னாலே போதும். எந்த நாட்டில், எந்தத் தருணத்தில், ஒரே காலத்தில், இவ்வளவு முன்னணியில் நிற்கும் தீரர்கள் தோன்றியிருக்கிறார்கள்?

அரசியலில், தாதாபாய் நௌரோஜி, ஸுரேந்திரநாத் பானர்ஜி, விபின சந்திர பாலர், திலகர் ; மத விஷயத்தில் ராம மோகன ராய், கேசவ சந்திர ஸேனர், தயானந்த ஸரஸ்வதி ; சமூக விஷயத்தில் தேவேந்திர நாத டாகுர் முதலியவர்கள்; கலையில், பங்கிம் சந்திர சட்டர்ஜி, ரவீந்திர நாதர் முதலியவர்கள்; கல்வித் துறையில் ஈசுவர சந்திரர் முதலியவர்கள்; ஆரிய சமாஜம் பிரம்ம சமாஜம் என்ற இரண்டு ஹிந்து மத முற்போக்கு ஸ்தாபனங்கள் தீவிரமாக மதப் பிரசாரத்தில் வேலை செய்தன. அவைகளுக்கு மேற்போய், சிம்ஹநாதம் போலக் கிளம்பின வேதாந்த

கர்ஜனை, ஸ்ரீ ராமகிருஷ்ண முனியின் சிஷ்யர் சுவாமி விவேகானந்தர் மூலம் கிளம்பிற்று.

நெருப்பை மூட்டுவதற்கு, வங்காளம் தீக்குச்சி போல இருந்ததேயொழிய; மூண்ட தீ மறு நிமிஷத்தில் நாடு முழுவதும் பரவிவிட்டது. காற்றுப் பட்ட இடத்திலெல்லாம், காட்டுத் தீப் போலத் தேசீயம் பரவிற்று. எங்கும் கலைஞர்களும், கர்ம வீரர்களும் வீரபத்திரனுடைய ஜடையிலிருந்து சிவகணங்கள் தோன்றினது போலத் தோன்றினார்கள். புதிய கவிகள், புதிய ஓவியர்கள், புதிய இலக்கிய விமர்சகர் கள் - பாரதி, வங்காள ஓவியக்காரர்கள், ஆனந்த குமாரஸ்வாமி, வ.வே.சு. ஐயர் எல்லோரும், இந்த மகா முன்னேற்றத்தின் உற்பத்திகள்.

இந்தப் புரட்சி உருவடைந்தது *1908*-ஆம் வருஷம் என்று நிதானமாகக் கொள்ளலாம். *1857*- ஆம் வருஷம் கலகம் நடந்தது. சரியாக அதுமுதல் அரை நூற்றாண்டு காலத்திற்குள், இவ்வளவு மகத்தான ஆரம்ப அதிர்ச்சிகள் உண்டாயின. இந்தப் புது யுகப் பிறப்பின் பிரளய காலத்தின் நடுவில், *1872*-ஆம் வருஷத்தில், ஸ்ரீ அரவிந்தர் பிறந்தார். ஆனால் அதன் நடுவில் அவர் வளரவில்லை. அந்தச் சூழ்விலிருந்து ஒரு பூவைப் போல அவரைப் பறித்து எடுத்துச் சீமைக்கு அனுப்பிவிட்டார் அவர் தந்தையார்.

# மூன்றாம் அத்தியாயம் : விளையும் பயிர்

ஸ்ரீ அரவிந்தருடைய தந்தையார், டாக்டர் கிருஷ்ண தனகோஷ், இந்திய வைத்திய இலாகாப் பட்டம் பெற்ற ஆங்கில வைத்திய நிபுணர்; நவ நாகரிக மோகம் கொண்டவர்; ஆங்கில நடையுடை பாவனைகளில் அபாரமான பற்றுக் கொண்டவர்.

ஆகையால் அவர் அரவிந்தருக்கு ஏழாவது வயது நடந்து கொண்டிருக்கும் பொழுதே படிப்பிற்காக அவரைச் சீமைக்கு அனுப்பி விட்டார். அரவிந்தருடைய இரண்டு தமையன்மார்களும் கூடச் சென்றார்கள்.

அங்கே, மாஞ்செஸ்டர் என்னும் நகரத்தில் அரவிந்தர் ஓர் இங்கிலீஷ்க் குடும்பத்தில் வளர்ந்தார் என்றால், அவருடைய தகப்பனார் எவ்விதமாகக் குழந்தை முன் வரவேண்டும் என்று எண்ணினார் என்பது விளங்குகிறது.

அதற்கு முன் அவருடைய வாழ்க்கையிலும் அந்த விதமாக 1885-ஆம் வருஷம் வரையில், அதாவது அவருடைய பதினான்காவது வயது வரையில், ஆங்கில குடும்பத்தின் பழக்க வழக்கங்களின் நடுவில், ஆங்கில உடை உடுத்து, ஆங்கில உணவு உண்டு, ஆங்கிலம் பேசி, ஆங்கிலக் கல்வி பெற்று வந்தார் அரவிந்தர். இன்னும் ஒரு விசேஷம்: அந்தக் குடும்பத்துத் தலைவர் ஒரு கிறிஸ்துவப் பாதிரி !

1885-ஆம் வருஷம் லண்டனுக்குச் சென்று, அங்கே ஸெயின்ட் பால்ஸ் கலாசாலையில் மாணாக்கனாகச் சேர்ந்தார். பிறகு 1890-ஆம் வருஷம் கேம்பிரிட்ஜில் கிங்க்ஸ் காலேஜில் சேர்ந்தார். அங்கே இரண்டு வருஷங்கள் இருந்தார். 1890-ஆம் வருஷத்திலேயே இந்திய சிவில் சர்விஸ் பரிட்சையில் தேறினார். ஆனால் இரண்டு வருஷப் படிப்பின் இறுதியில்

அதற்குத் தேவையான குதிரையேற்றப் பரீட்சைக்குப் போகாமல் நின்றுவிட்டார். ஆகையால் ஐ. ஸி. எஸ் வேலைக்குத் தகுதியுடையவர்களில் ஒருவராக அவர் தேர்ந்தெடுக்கப் படவில்லை. இது நடந்தது *1893*- ஆம் வருஷம். அப்பொழுது ஸ்ரீ அரவிந்தருக்கு வயது இருபது.

ஸ்ரீ அரவிந்தருடைய பிற்காலத்து வாழ்க்கையின் போக்கைப் பார்த்தால் அவருடைய இருபதாவது வயதில், வேண்டுமென்றே அவர் ஐ. ஸி. எஸ்-ஸில் சேராமல் நின்றுவிட்டது ஒரு தெய்வாதீனமான நிகழ்ச்சி போலத் தெரிகிறது.

பரீட்சையில் தேறியும் கூட அவர் ஏதோவொரு காரணத்தால் குதிரைச் சவாரிப் பரீட்சைக்குப் போகாமல் நின்றுவிட்டது அவருடைய மனப்பான்மை அப்பொழுதே எப்படியிருந்தது என்பதைத் தெளிவாக எடுத் துக் காட்டுகிறது. "விளையும் பயிர் முளையிலே தெரியும்" என்பதற்கு இது ஓர் அத்தாட்சி என்பதற்கு என்ன சந்தேகம்? பிறந்த தாய் நாட்டின் வாசனையே ஏழாவது வயதிலிருந்து கிடையாது; யாவும் ஆங்கில மயமாக வளர்ந்த இருபது வயது வாலிபனின் உள்ளத்தில், அப்பொழுதே, அப்பேர்ப்பட்ட சூழலில், விரக்தி ஏற்படக் காரணம் என்ன ? பதவி, பொருள், அதிகாரம் - இவை மண்டின அந்த ஐ.ஸி.எஸ் மோகினியின் அழைப்பை அவர் நிராகரித்தது எதனால்?

அந்த அழைப்பு அவர் காதில் ஏறவில்லை ; அவருடைய அரவிந்த உள்ளம் மலருவதற்குக் காரணமாகப் போகும் ஒளி, வேறொரு தேஜோமயமான சூரியப் பிரகாசமாக இருக்கும் பொழுது, ஐ. ஸி. எஸ்-ஸின் சேர்க்கையாகிய சந்திரவொளி எப்படி அதை அலரச் செய்ய முடியும்? அவருடைய மனத்தில் கிழக்கு வெளுத்து அந்த ஒளி உதயமாகும் முன்பே, அவருக்கு அது அறிமுகமாகி விட் டது. அவருடைய ஸித்த வாழ்விற்கு இருபதாவது வயதிலேயே அஸ்திவாரம் போட்டாகி விட்டதென்று சொல்லிவிடலாம்.

ஒரு வேளை அப்பொழுது அவர் மனத்தில் அது அவ்வளவு விளக்கமாகத் தென்படாமல் இருந்திருக்கலாம்.

ஆனால் அவருடைய உள்ளச் செடி, தான் வளர்ந்த அந்த மோக மரங்களடர்ந்த தோட்டத்தில், உயர்ந்து வளர்ந்து, வளைந்து, பெரிய மரங்களின் இலைகளுடைய இடைவெளிகளில் வந்த சூரிய வெளிச்சத்தைத் தேடி ஓங்க ஆரம்பித்துவிட்டது. சூரிய வெளிச்சம் கொஞ்சம் கொஞ்சம் அதன்மேலே விழுந்த இடத்தில் அந்த வளர்ச்சி நன்றாக இருந்தது நமக்கும் தென்படுகிறது.

இந்த ஒளி வேட்கையின் போக்கை- இந்த ஹிருதய யாத்திரையின் மார்க்கத்தை - பின்வரும் பக்கங்களில் பின்பற்ற முயற்சி செய்வோம்.

மிதமிஞ்சிய சேற்றைக் கூடப் பிளந்து கொண்டு தாமரை (அரவிந்தம்) தலையெடுத்து, நீர் மட்டத்தில் மொட்டாக நிற்பதை இந்த நிலைமையில் காணுகிறோம்.

## நான்காம் அத்தியாயம் : உரம்

*1893*-ஆம் வருஷம் பிப்ரவரி மாதத்தில் ஸ்ரீ அரவிந்தர் இங்கிலாந்தை விட்டுப் புறப்பட்டு இந்தியா திரும்பினார்.

திரும்பும் பொழுதே, பரோடா ஸம்ஸ்தானத்தில் ஓர் உத்தியோகத்துடனேயே திரும் பினார். அப்பொழுது பரோடா மகாராஜா இங்கிலாந்தில் இருந்தார். அரவிந்தரின் கல்வி அறிவையும் நற்குணத்தையும் கண்டு மகாராஜா, அவரிடம் ஈடுபட்டு, தம் ஸம்ஸ்தானத்தில் அவருக்கு வேலை கொடுத்தார். தேசீயத்தில் மிகவும் சிரத்தை கொண்ட மகாராஜா, ஸ்ரீ அரவிந்தரின் மகிமையைக் கண்டுபிடித்து, அவர் இந்தியாவுக்குத் திரும்பி வருவதற்குக் காரணமானார் என்பதே அவருக்கு அழியாப் புகழைக் கொடுக்கும்.

ஐ.ஸி.எஸ் பதவி கிடைத்திருந்தாலும், அரவிந்தர் இந்தியாவுக்குத் திரும்பித்தான் வந்திருப்பார். அப்படி அவர் திரும்பிவந்தால் என்ன பயன்? அவர் வராமலேயே இருக்கலாம். அவர் பரோடா மஹாராஜாவினிடம் வேலை ஒப்புக்கொண்டு இந்தியா திரும்பினது அவருடைய வாழ்க்கையில் ஒரு பெரிய சம்பவம் - மூல சம்பவம். இதுமுதல்தான், அரவிந்தருடைய வாழ்க்கை, மலர் போல விரிவடைய ஆரம்பிக்கிறது. இது முதல்தான், அரவிந்தர் தம் வாழ்க்கையின் லட்சியத்தை உணர்ந்து அதன் பூர்த்திக்காக அஸ்திவாரம் போட ஆரம்பிக்கிறார்.

இருபதாவது வயதிற்குள், அரவிந்தர் மேனாட்டு நாகரிகத்தின் சாராம்சம் முழுவதையும் கிரகித்துவிட்டார். ஐரோப்பியக் கலைஞானத்தை பூர்ணமாகக் கரைத்துக் குடித்துவிட்டார். கிரீக், லத்தீன் பாஷைகளில் நல்ல பாண்டித்தியம் பெற்று

மேல்நாட்டு விஞ்ஞான சாஸ்திரங்களுக்கு மூலாதாரமாக இருக்கும் கிரந்தங்களை அந்தப் பாஷைகளிலேயே படித்தறிந்தார். இவற்றைத் தவிரப் பிரெஞ்சு, ஜெர்மன், இத்தாலியன் பாஷைகளையும் செவ்வனே அறிந்தார். ஆங்கிலத்தைப் பற்றிக் கேட்கவே வேண்டியதில்லை.

ஆனால் தாய் நாடான இந்தியாவின் கலை ஞானத்தில் அவருக்கு அதுவரையில் பரிசயமே கிடையாது. வேண்டுமென்றே அவருடைய தகப்பனார் அந்தச் சம்பந்தமே அவருக்கு இல்லாமற் செய்திருந்தார். ஆனால் மேதையின் போக்கில் சிறு மனிதனின் பிரயத்தனம் வீணாகிவிட்டது. சொல்லப்போனால் அரவிந்தரின் தகப்பனார் செய்த முயற்சி ஒரு விதத்தில் நல்லதாகவே முடிந்தது. அரவிந்தருக்கு இந்தியக் கலைஞான ஊற்றில் இறங்க வேண்டும் என்று இருந்த ஆவல் அதிகமாயிற்று அந்தத் தடையால். எவ்வளவு நாள் தான், கன்றையும் தாயையும் பிரித்து வைத்திருக்க முடியும்?

1893-ஆம் வருஷம் முதல், 1906-ஆம் வருஷம் வரையில், பதின்மூன்று வருஷ காலம், பரோடாவில் அரவிந்தர் இந்தியக் கலை ஞானத்தைக் கசடறக் கற்றுணர்ந்தார். வட மொழியைப் பயின்று, வேத வேதாந்தங்களை ஆழ்ந்து படித்தார்; யோசித்தார்; எழுதினார்.

அந்தப் பதின்மூன்று வருஷ காலமும் பரோடா ஸம்ஸ்தான ரெவினியூ இலாகாவிலும், கல்வி இலாகாவிலும் வெளிப்பார்வைக்கு வேலையாயிருந்து உழைத்தாரே யொழிய, உண்மையில் விடாமுயற்சியுடனும் தீவிர புத்தியுடனும் தம் அறிவை வளர்த்துக் கொண்டே இருந்தார். இடைவிடாமல் எழுதினார். பின்னால், புதுச்சேரிக்கு வந்த பிறகு பிரசுரமான கவிதைகள், இலக்கிய விமர்சனங்கள், கட்டுரைகள் - எல்லாம் அப்பொழுது எழுதினவை. அவை எல்லாவற்றிலும் அவருடைய விரிந்த படிப்பு, ஆழ்ந்த ஞானம், நுண்ணிய அறிவு, உணர்ச்சிப் பெருக்கு

இவை ஒவ்வொரு வாக்கியத்திலும் தலையெடுத்து நிற்கின்றன. நடையில் வலுவும் வேகமும், கருத்தில் சக்தியும் புதுமையும், சேர்ந்தே தென்படுகின்றன. இந்தப் பேரவாப் பருவத்தின் இறுதியில் ஒரு ஆவேசக் கவியாக வெளிப்பட்டார் அவ ருடைய ஆத்ம வளர்ச்சியின் விளைவாக.

ஆனால் அவருடைய அறிவுத் தாகம் அடங்கினபாடில்லை. கற்றறிந்தது ஒன்றும் உபயோகமில்லை ; மேலும் இன்னும் ஏதோ இருக்கிறது. கற்றதிற்கும் மேற்போன ஒரு கலை இருக்கிறது; கண்டதிற்கும் மேற்போன ஒரு காட்சி இருக்கிறது; அடைந்ததற்கும் மேற் போன ஓர் ஆனந்தம் இருக்கிறது என்று ஊகிக்க ஆரம்பித்தார். கவி முதிர்ந்து கர்ம யோகியாவதற்கு ஆரம்பித்தார் - காய் முதிர்ந்து கனியாவது போல.

மேற்சொன்ன கலையும் காட்சியும் ஆனந்தமும் இங்கே பெறக்கூடியவை - நிச்சயம், இந்த உலகத்தில், இந்த உடலில் அனுபவிக்கக் கூடியவை என்று மேதையின் முற்போக் கில் நிச்சய ஞானம் பெற்றார். அதற்கு ஒரு ஸாதனைதான் தேவை; அதுவும் இதுவரையில் செய்யப்பட்ட எல்லா ஸாதனைகளுக்கும் மேற் போனதும் அவற்றின் சேர்க்கையானதுமான நூதன ஸாதனமாக இருக்க வேண்டும் என்று கண்டார்.

"அதைக் கண்டுபிடிக்கிறேன்!" என்று 1906-ஆம் வருஷத்தின் இறுதியில் ஸ்ரீ அரவிந்தர் கங்கணம் கட்டிக்கொண்டார். பதின்மூன்று வருஷ காலம் செய்த தவத்தின் இறுதியில் ஒரு புது வழி அவர் முன்பு தோன் றிற்று. அப்பொழுது அவருக்கு வயது முப்பத்து மூன்று.

## ஐந்தாம் அத்தியாயம் : "நீயும் என்னுடன் வருவாயா?"

1906-ஆம் வருஷத்திற்குச் சற்று முன்பே ஸ்ரீ அரவிந்தருடைய வாழ்க்கையில் மற்றொரு திரும்பு முனைக்கு அடிப்பாரங்கள் ஏற்பட்டு விட்டன. இருபது வயதிற்குள் மேல் நாட்டு விஞ்ஞானம் முழுவதும் அறிந்துவிட்டார் ; மற்றொரு பத்து வருஷங்களில் நம் நாட்டு விஞ்ஞானம் முற்றும் ஆராய்ந்து பார்த்து விட்டார். மேல்நாட்டு அறிவில் லட்சியத்திற்கும் வாழ்க்கைக்கும் சம்பந்தமே இல்லாமல் இருப்பதைக் கண்டார். மேல்நாட்டார் வேதாந்த ஞானத்தை ஒரு வித்தையாகக் கொண்டிருந்தார்களே ஒழிய, வாழ்க்கையில் அனுஷ்டானத்திற்கு வரவேண்டிய ஸாதனம் என்று கொள்ளவில்லை. நம் நாட்டு ரிஷிகளும் யோகிகளும் அவ்விதம் கருதவில்லை. நம் பெரியோர்கள் அறிவிற்கும் ஆத்மாவிற்கும் ஒரு பிணைப்பு ஏற்படுத்தித்தான் இருந்தார்கள். லட்சியமும் வாழ்க்கையும் ஒன்றுபட வேண்டும் என்று ஸித்தாந்தம் செய்தார்கள். மேல்நாட்டில் ஒரு சில ஸித்த புருஷர்களைத் தவிர மற்றெல்லோரும் வெறும் பண்டிதர்கள்; ஞானிகள் அல்ல.

பக்தி யோகமும், ஞான யோகமும், கர்ம யோகமும் வேதாந்தத்தின் ஆறு தர்சனங்களில் தனித் தனியாகச் சிறப்புப் பெற்று இருந்தன. அவைகளுக்கிடையே சூக்ஷ்மமான தான ஒரு பூர்ணப் பிணைப்பு இல்லையென்று ஸ்ரீ அரவிந்தருக்குப் பட்டது. அத்வைதம் ஞான மார்க்கத்தையே விசேஷமாகக் கொண் டது ; விசிஷ்டாத்வைதம் பக்தியை மேலாகக் கொண்டது. கீதா சாஸ்திரத்தின் மூலம் ஸ்ரீ அரவிந்தர் கர்ம யோகத்தின் மகிமையையும் ஆராய்ந்து அதனுடைய

சேர்க்கையாலுந் தான், யோகமே பூர்ணமாகும் என்று ஊகித்தார்.

இந்த ஊகத்தில் அவருக்கு ஒருவிதத்தில் மேல் நாட்டு விஞ்ஞான சாஸ்திரம் உதவி அளித்தது. அதில் பிரசித்திபெற்ற பரிணாமவாதத்தின் ஸாரம் ஸித்த புருஷ தத்துவம். இந்தப் பரிணாம விதியின்படி 'ஊர்வன' என்ற நிலையிலிருந்து பறப்பனவும் நடப்பனவும், அதற்குப் பிறகு பறவை விலங்கு உருவங்களின் பரிணாமமாக, மாறி மாறி அபிவிருத்தி அடைந்து உறுப்புக் கூறிலிருந்து குரங்கும் மனிதனும் ஏற்பட்டதாகக் கொள்கை. அதைப்போல உணர்வு அம்சத்திலும் ஒரு பரிணாமம் இருக்கிறது. ஜடத்திலிருந்து உயிர் உற்பத்தியாகிறது. மரம் செடி விலங்குகளில், உணர்வு முதல் முதலாகத் தோன்றுகிறது. மனிதனுடைய உருவத்தில் தான் மனது ஏற்படுகிறது. அதைக்கொண்டு தான் மனிதன் விஞ்ஞானத்தின் ஆழத்தை அளக்க முயலுகிறான். ஆனால் மனிதனின் மனம், ஐம்புலன்களின் கட்டுக்கு உட்பட்டு வேலைசெய்வதால் அவற்றிற்கு மேற்போன தத்துவத்தை அறிய முடியாது. உடல்,உயிர், மனம் என்று படிப்படியாக ஏற்பட்ட பரிணாமத்தில் மனத்திற்கு அடுத்தபடி ஸித்த புருஷன் மனம். மனிதனின் மனம் ஸாதனையின் மூலம் ஸித்தபுருஷனின் மனமாக மாறவேண்டி யிருக்கிறது.

அந்த ஸித்த புருஷ மனம் என்பது என்ன? பிரகிருதியை மாயையென்று திரஸ்கரித்து, ஆத்மா பிரம்மத்துடன் சேர்ந்தது, அதன் அம்சம், என்ற ஞானம் கொண்டதல்ல அது; ஸ்ரீ அரவிந்தரின் கொள்கைப்படி இந்த ஸித்த புருஷ மனந்தான் பரிணாம தசை பெற்றிருக்கும் பிரகிருதியையே வியாபித்து, அதையே பிரம்ம பூர்ணமாக்குவது; ஓரிடத்தில் கொஞ்சமாக ஆரம்பித்த தீப்பொறி, எப்படி ஒரு கரித் துண்டு முழுவதையும் கனல் நிறைந்ததாக்கி விடுகிறதோ அப்படி. இதுதான் மனிதன் முனைந்து பெறவேண்டிய நிலை; இதற்கு முயற்சி செய்யவில்லை யென்றால், மனிதனுடைய வாழ்க்கையே அர்த்தமற்றது; ஸித்த புருஷன் உற்பத்தியாவதற்குத்தான்

மனிதனே ஏற்பட்டான். மனிதன் சிருஷ்டியின் முடிவல்ல, உச்சியல்ல. அவனுக்கு மேற்பட்ட ஒரு படி இருக்கிறது.

இது ஸ்ரீ அரவிந்தர் தம் மனோபாவப் போக்கில் ஊகித்தறிந்த உண்மை. மனோ பாவம் எதைச் சத்தியமென்று கிரகிக்கிறதோ அதே கடைசியில் சத்தியமாகும் என்பது ஞானிகளின் முடிவு. அதுவே தர்மமுமாகும். இந்தப் பாதை அரவிந்தர் கண்ணில் கிழக்கு வெளுப்பது போலப் பட்டது.

ஸ்ரீ அரவிந்தரது மனம், இப்படி உயர்வு வேட்கை கொண்டு விம்மியதற்குக் காரணம் என்ன ?

வாழ்க்கையில் அவருக்கு இடர்கள் ஒன்றும் இல்லை. முதலில் பரோடா அரசாங்கத்தின் இரகசிய இலாகாவில் ஏதோ வேலை பார்த்தார்; பிறகு திவானி ஆபீஸில் இருந்தார்; பிறகு சிறிதுகாலம் மகாராஜாவுக்கு அந்தரங்கக் காரியதரிசியாக இருந்தார். கடைசியாக மாதம் ரூ. 750 சம்பளத்தில் பரோடாக் காலேஜின் உதவித் தலைமை ஆசிரியர் ஆனார். ஆகையால் வாழ்க்கையில் அவருக்கு ஒரு தொந்தரவும் இல்லை. அவருடைய மனைவி மிருணாளினி தேவியோ சர்வ லக்ஷணமும் கல்வி அறிவும் படைத்தவள். அரவிந்தருக்குப் பரோடாவில் நல்ல செல்வாக்கு, மரியாதை; வயதோ சரியான யௌவனம். அப்படியிருந்தும் ஏன் இந்தக் கிளர்ச்சி, இந்த அமைதியின்மை, இந்த மகா வேட்கை?

அந்த வேட்கை, வாழ்க்கையின்பத்தின் இனிய பானீயத்தால் தணிவதன்று, அது மகான்களுக்கு ஏற்படும் தாகம். புத்தனுக்கு ஏற்பட்டது; ராஜ்யத்தையும் யசோதரையை யும் விட்டுவிட்டு வெளியேறினார். ஆதி சங்கர ருக்கு ஏற்பட்டது; வாழ்க்கையையே துறந்து விட்டுத் திரிந்தார். அரவிந்தருக்கும் ஏற்பட்டது; உத்தியோகத்தையும் சுகத்தையும் வெறுத்தார்.

அந்தத் தாகத்தைத் தணிப்பது கர்ம யோகம் ஒன்றுதான். அது அரவிந்தர் வாழ்க்கையில் மூன்று விதங்களில் தோன்றிற்று. அவர் தம் மனைவிக்கு எழுதிய கடிதத்தில், பிரம்மோபதேசம் போல அந்தரங்கமாக அதை அவளுக்கு அறிவிக்கிறார். [

*இந்தக் கடிதத்தை ஸ்ரீ அரவிந்தர் 30-8-1905-ல் தன் மனைவிக்கு எழுதினார்; பிறகு, வழக்கில் இது எக்ஸிபிட் டாகத் தாக்கல் செய்யப்பட்டது. ]*

*எனக்கு மூன்று பைத்திய எண்ணங்கள் ஏற்பட்டிருக்கின்றன.*

*ஒருவனுக்குக் கிடைத்த அறிவு, புலமை, கல்வி, செல்வம் முதலிய ஸாதனங்களை, ஒருவன் தனது குடும்பத்திற்கு எவ்வளவு அத்தியாவசியமாகத் தேவையோ அவ்வளவுதான் செலவிடவேண்டும் என்பது எனது துணிபு. கடவுள் கொடுத்த ஸாதனங்களை யெல்லாம் நமக்காக மட்டும் செலவிட்டுவிடக் கூடாது. அவசியமானது போக பாக்கியைக் கடவுளுக்கே சமர்ப்பித்து விடவேண்டும். என் சொத்துகளை யெல்லாம் நான்மட்டும் பயன்படும் படியாகச் செலவழித்தால் நான் குற்றவாளி - திருடன். ...கடவுளுக்குக் கொடுப்பது என்றால் என்ன? நல்ல வழிகளில் சொத்துக்களைச் செலவழிப்பதே கடவுளுக்குச் சமர்ப்பிப்பதாகும்....ஒருவன் தன்னை அண்டியவர்களை ஸம்ரக்ஷணை செய்வதால் மட்டும் இதைச் செய்து முடித்தவனாக மாட்டான். பந்துக்களுக்கு உதவி செய்வது போதாது. நாடே இன்று எனது உதவியை நாடுகிறது; என் வீட்டு வாசலில் வந்து நின்று உதவி கேட்கிறது போலிருக்கிறது. நாட்டின் முப்பது கோடி சகோதர சகோதரிகளிற் பலர் வறுமையாலும், பிணியாலும், துயரத்தாலும் வாதைப் படுகின்றார்கள். அவர்களுக்கு உதவி செய்யவேண்டியது கடமை. உன் அபிப்பிராயம் என்ன?*

*.... சாதாரண மனிதனைப்போல வாழ்க்கை நடத்தி மிகுந்ததை, மேற்சொன்னபடி ஈசுவர கைங்கரியத்தில் உபயோகிக்க உத்தேசித்து விட்டேன். உனக்கும் அந்த வழியைக் காட்டுகிறேன். நீயும் என்னுடன் வருவாயா ?....*

*....பரமாத்மாவை நேராகக் காணவேண்டு மென்பது என்னுடைய இரண்டாவது சபலம். அதற்கு வழி நம்மிடத்திலேயே இருக்கிறது என்று நமது சாஸ்திரங்கள்*

கூறுகின்றன. அந்த வழியைக் கடைப்பிடித்து பெரியோர்கள் சில நியதிகளும் ஏற்படுத்தியிருக்கிறார்கள். நான் அந்த முறைகளைப் பின்பற்ற ஆரம்பித்து விட்டேன். சிறிது காலத்திற்குள்ளேயே நம் சாஸ்திரங்கள் கூறுவது உண்மைதான் என்பது எனக்குப் புலனாகிவிட்டது. அந்தச் சாஸ்திரங்களில் குறிப்பிட்டிருக்கும் சில அடையாளங்கள் என் அனுபவத்தில் தென்படுகின்றன. இதிலும் நீ என்னுடன் வருவாயா ?

....எனது மூன்றாவது பிரமை என்ன தெரியுமா? இந்த நாடே என் முன் தாய் உருவமாகத் தென்படுகிறது. வீழ்ச்சி யடைந்து கிடக்கும் இந்த நாட்டை எழுப்பி நிறுத்த எனக்கு வலிமை இருக்கிறதென்று எண்ணுகிறேன். ஆனால் பலாத்காரத்தால் நான் அதைச் செய்யப் போவதில்லை. ஆத்ம சக்தியாலேயே அதை ஸாதிக்க முடியும்.... இதற்காகவே நான் ஜன்மம் எடுத்திருக்கிறேன். பதினாலாம் வயதில் இந்த இச்சை என்னுள் முளைத்தெழுந்தது. பதினெட்டாம் வயதில் இது கிரியா சக்தியாக என்னுள் ஸ்வரூபம் பெற்று விட்டது யாராலும் அதைத் தடைசெய்ய முடியாது....

...... இந்த விஷயத்தில் உன் அபிப்பிராயம் என்ன ? மனைவிதான் புருஷனுக்கு வலது கை, அவனுடைய செயலாற்றல். என் முயற்சியில் நீ ஈடுபடாவிட்டால் எனக்குச் சக்தி குறையும். நீயும் என்னுடன் வருவாயா?

கடவுளைச் சரண் புகுந்தால் உனக்குத் தைரியம் வரும்........ என்னுடன் வா ! கடவுள் எதற்காக நம்மைச் சிருஷ்டித்தாரோ அந்தக் காரியத்தைச் செய்து முடிப்போம் !

இது எனது ரகசியம். யாரிடமும் சொல்லாமல் நீயே தனியாகக் கடவுளைப் பிரார்த் தனை செய்துகொள் !"

இந்தக் கடிதம் ஒரு மகத்தான உபதேச கிரந்தம். ஸ்ரீ அரவிந்தர் முதன் முதலாகத் தம் தத்துவத்தைத் தம் மனைவிக்கு உபதேசம் செய்து அவளைத் தம் மார்க்கத்திற்கு அழைக்கிறார். பின்னால், அவருடைய வாக்கிலும் எழுத்திலும்

மூலமந்திரமாக ஆகப்போகிற மாதா (தாய்) சக்தி ரூபத்தில் இங்கேயே சான்னித்யம் கொண்டுவிட்டாள்.

ஸ்ரீ அரவிந்தர் பராசக்தி ஸ்வரூபமான பாரத மாதாவை முதலில் அடிமைத்தனத்திலிருந்து நீக்கவேண்டுமென்று பைத்தியம் கொள்ளுகிறார்; அதற்கு வேண்டிய கிரியா சக்தியைப் பெற, அதற்கு முதல் மார்க்கமாக, தம்மையே ஈசுவரார்ப்பணம் செய்துவிட வேண்டுமென்று பைத்தியம் கொள்ளுகிறார். இவ்வளவையும் லகுவாகச் சாதித்து முடிக்க வாழ்க்கைத் துணைவியான பெண் சக்தியின் உதவியைக் கேட்கிறார்.

துர்ப்பாக்கிய வசமாக அந்த உதவியை அவர் பெறவில்லை ; ஆனால் அவர் பைத்தியம் நீங்கவில்லை. அது அந்த மூன்று அம்சங்களில் வேரூன்றி விருத்தியடைய ஆரம்பித்தது.

அதன் முதற் பலனாக அவருடைய தேசீயம் வெளிக்கிளம்பிற்று. அது கிளம்புவதற்கும், நாட்டில் அதற்கேற்றாற் போலத் தேசீயக் கிளர்ச்சி ஒரு நெருக்கடியான சமயத்திற்கு வருவதற்கும் சரியாக இருந்தது.

ஸ்ரீ அரவிந்தர் இந்திய விடுதலைப்போரில் அதன் முதல் தீர்க்க தரிசியாக 1906-ஆம் வருஷத்தில் தோன்றினார்.

# ஆறாம் அத்தியாயம் : இடைவெளி

அப்பொழுது நாட்டிலும் புரட்சிகரமான மாறுதல்களும் சம்பவங்களும் நடந்துகொண்டிருந்தன. வங்காளத்தில் தீ குமுறிக்கொண் டிருந்தது. லார்டு கர்ஸன் தேசீயத்தை விசிறி விடுவதற்காகச் செய்த செய்கைகள் இப் பொழுது சரித்திரம் ஆகிவிட்டன. அவற்றைச் சுருக்கமாக இங்கே குறிப்பிடுவது இந்தச் சந்தர்ப்பத்தில் அவசியமாகிறது. அவற்றால் ஸ்ரீ அரவிந்தர் தீவிரமாக மாறுதல் பெற்றார் என்பதால் அல்ல ; ஸ்ரீ அரவிந்தரின் மனப்போக்கிற் கொத்தபடி இந்தச் சம்பவங்கள் வந்து வாய்த்து அதற்குச் சௌகரியம் அளித்தன என்பதால்தான்.

கர்ஸன் பிரபு கல்கத்தாவின் ஸ்தல ஸ்தாபன முறையைச் சின்னபின்னமாக்கினார். பாஞ்சாலத்திலும் பம்பாயிலும் ஜனங்களுக்கு ஏற்காத நிலச் சட்டங்களை அமுலுக்குக் கொண்டு வந்தார். நம் நாட்டின் மேற் படிப்பிற்கே உலை வைத்தார். நாட்டு மக்கள் பல துறைகளில் உத்தியோகம் பெறாதபடி ரகசிய உத்தரவுகள்போட்டார். இவையெல்லாவற்றையுங் கூட மக்கள் பொறுத்திருப்பார்கள். இந்தியரே பொய் சொல்லுகிறவர்களென்றும், சத்தியவாதிகள் அல்லவென்றும், இந்திய ஜாதியையே அவர் இகழ்ந்து பேசினார். இதற்கெல்லாம் மேலே வங்காளப் பிரிவு வந்தது. ஹிந்துக்களையும் முகம்மதியர்களையும் பிரித்து நாட்டில் வகுப்பு வாதத்தை வளர்க்க வேண்டும் என்பதே இதன் நோக்கமென்று மக்கள் வீறு கொண்டு எழுந்தார்கள். வங்காளப் பிரிவினைத் தினத்தை மக்கள் விரத தினமாகக் கொண்டார்கள். கவி ரவீந்திரர் பூரண ஆவேசத் துடன் அன்று கர்ஜித்தார். பிரிட்டிஷ் சாமான்களைப் பகிஷ்காரம்

செய்வதென்று தீவிரமாக முனைந்தார்கள். இதுதான் ஒத்துழையாமைக்கு விதை போட்ட சமயம்.

ஆனால் இந்த ஆக்கிரகம் (இது பிறகு காந்திஜியின் உபதேசத்தால் சத்தியாக்கிரகம் ஆகிறது) இந்திய நவ ஜீவனத்தின் ஓர் அம்சமாக ஆரம்பமாயிற்று என்றாலும், நாளடைவில் தன் முழு உருவத்துடன் கிரியாம்சையில் ஸ்வதேசியமும் ஸ்வராஜ்ய இச்சையுமாக இந்தியப் புனருத்தாரணத்தின் ஜீவநாடியாகிவிட்டது.

வங்காளப் பிரிவினையின் பொழுது நாம் நம்மையே அறிந்தோம் ஒரு வகையில் என்று சொல்லவேண்டும். நாடு பங்கு போடப்பட்ட கொடுமையைக் கண்டபொழுதுதான் நமது நாடு ஓர் கலையொற்றுமை பூண்ட புண்ய பூமி என்று அறிந்தோம். பாரத ஜாதி பிளவு படுவதை உணர்ந்தோம். அந்த உணர்ச்சியை ஊட்டிய வரையில் பிரிட்டிஷ் சர்க்காரின் உதவி இன்றியமையாததுதான்.

பரோடா ஸம்ஸ்தானக் கலாசாலையின் அறையில் இருந்து கொண்டே ஸ்ரீ அரவிந்தர் வெளியே செவி சாய்த்துக் கேட்டார். நாட் டின் அபயக்குரல் அவருடைய காதுகளில் ஓர் அழைப்புப் போல வந்து தாக்கிற்று. வெகு நாளாகவே அவர் அரசியலில் கொஞ்சம் கலந்து கொண்டே இருந்தார். 1894-ஆம் வருஷத்திலேயே, 'இந்துப் பிரகாசம்' என்ற பத்திரிகையில் காங்கிரஸின் மிதவாதப் போக்கைக் கண்டித்து எழுதினார். 1905-ஆம் வருஷத்தின் பிற்பகுதியில் வங்காளத்தின் நிலைமையைத் தாமே நேரில் கண்டறிய அங்கே சென்றார்.

பிரிட்டிஷ் சாமான்களைப் பகிஷ்கரிப்ப தென்ற தீர்மானம் 1905-ஆம் வருஷம் ஆகஸ்டு மாதம் 7-ஆம் தேதி நிறைவேறிற்று. அக்டோபர் 16-ஆம் தேதி வங்காளப் பிரிவினைச் சட்டம் நிறைவேறிற்று. இடையே, 'வந்தே மாதரம்' என்று கோஷிக்கக் கூடாதென்றும், மாணவர்கள் அரசியலில் கலந்து கொள்ளக் கூடாதென்றும் உத்தரவுகள் பிறந்தன. பல பொதுக்கூட்டங்களைப் போலீஸார்

பலாத்காரமாகக் கலைத்தார்கள். இவையெல்லாம் வங்காளத்தில் நடந்தன. 1905-ஆம் வருஷம் டிஸம்பரில் காசியில் கூடின காங்கிரஸ், இவற்றைக் கண்டித்துப் பகிஷ்கார இயக்கமும் சரியென்று ஆதரித்தது. வங்காளத்தில் பகிஷ்கார இயக்கம் வலுத்தது. சர்க்கார் அடக்குமுறையைத் தீவிரமாக மேற்கொண்டார்கள். 1906-ஆம் வருஷம் மார்ச் மாதம் பாரிஸாலில் கூடின வங்காள மாகாண மகாநாட்டை ஜில்லா மாஜிஸ்ட்ரேட் கலைத்தார். பிரதிநிதிகளையும் சாரணர்களையும் போலீஸார் தாக்கித் தடியடிப் பிரயோகம் செய்தார்கள். அப்பொழுது வங்காளத்தின் திலகமாக விளங்கிய பாபு ஸுரேந்திரநாத பானர்ஜியை மாஜிஸ்ட்ரேட் அவமதித்து ரூ.200 அபராதம் விதித்தார். பாரிஸால் மகாநாடு கலைந்த போது, அரவிந்தர் அங்கே இருந்தார். அங்கே நடந்த சம்பவங்கள் தான் அவர் ஒரே அடியாக வங்காளத்திற்கு வந்துவிடுவது என்று செய்த தீர்மானத்திற்குக் காரணம். 1906-ஆம் வருஷம் ஜூலை மாதம் கல்கத்தாவிற்குப் போய் அங்கே வசிக்க ஆரம்பித்து விட்டார்.

இது ஸ்ரீ அரவிந்தர் ஒளியைத் தேடிச் சென்ற பாதையில் ஒரு முகனை. முன் பிர யோகம் செய்த ஓர் உவமையை இன்னும் கொஞ்சம் விஸ்தரிப்போம். அரவிந்தரின் மனம் ஒரு வளரும் செடி போன்றது. உயர அடர்ந்த காடு. செடி ஒளியைத் தேடி உயருகிறது. பெரிய மரங்களின் இலை இடுக்குகள் வழியாகத் தோன்றும் ஒளியை நோக்கி நேராகவும் கோணியும் வளர்கிறது. 1906-ஆம் வருஷத்தில் செடியின் போக்குக்கு ஒரு பெரிய இடைவெளி வெளிச்சம் தோன்றிற்று. அதுதான் தாம் உயர வேண்டிய ஒளிப் பாதையென்று ஸ்ரீ அரவிந்தர் அரசியலில் தீவிரமாக இறங்கினார். ஆனால் அது அவர் செல்லவேண்டிய பாதை அன்று. காற்றில் விலகிய இலைகள் மறுபடியும் வழியை மறித்து மூடிக்கொண்டு விட்டன.

1908-ஆம் வருஷத்தில்தான் ஸ்ரீ அரவிந்தர் தம் ஞான வழியைக் கண்டுபிடிக்கிறார். அதுவரையில் முற்போக்கில் சிறு தடுமாட்டங்கள் - அயர்வால் அல்ல - அவசரத்தால்; பாதையின் முடிவென்னவோ அவருக்குத் தெரியும்.

பாதையின் கோடியில் தாம் அடையப்போகும் சத்திரம் அவருக்குத் தெரியும். பிரிவுப் பாதைகளில்தான் சிறிது தயங்குகிறார். ஆனால் அந்தக் கட்டிடம் அவர் கண் முன் இருக்கிறது. அதுதான் அவர் லட்சியம்.

# ஏழாம் அத்தியாயம் : பாரத சக்தி

1906-ஆம் வருஷம் ஜூலை மாதம் நிரந்தரமாகப் பரோடாவை விட்டு வெளியேறிக் கல்கத்தாவில் ஜாகையாக வந்துவிட்டார் ஸ்ரீ அரவிந்தர். ஒரு ஸம்ஸ்தானத்தில் இருந்து கொண்டு இந்திய அரசியல் கிளர்ச்சியில் பரிபூர்ணமாக ஈடுபட முடியாதென்று அப்படிச் செய்தார்.

முன் கூறியவாறு இந்திய அரசியல் கிளர்ச்சியின் ஒரு நெருக்கடியான காலத்தில் அவர் அதில் நுழைந்தார்; ஆனால் அவர் ஈடுபட்டதற்கு அந்த நெருக்கடி ஒரு வெளித் தூண்டுதலே யொழிய உள்தூண்டுதல் வேறு. அத்தூண்டுதல் அவர் பல வருஷங்களாகச் சிந்தனை செய்த ஒரு சித்தாந்தத்தின் தூண்டுதல். அந்தச் சித்தாந்தம் என்ன?

உலகிற்கு உத்தம வழியைக் காட்டுவதற்குக் கடவுள் அருளிய நாடு இந்தியா. இந் தியா தன் கடமையைச் செய்து படைப்பின் ஸார்த்தகத்தைப் பெறவேண்டும். அப்போது தான் இந்தியாவும் உலகமும் கடைத்தேறும். அப்படிச் செய்வதற்கு இந்தியா முதலில் தன்னைத் தானே ஒன்றாகவும் சக்தி சம்பன்னமான சமூகமாகவும் உணர்ந்து ஈசுவர சங்கற்பத்தில் ஈடுபட வேண்டும். அதற்குத்தான் தனிமையை முதலில் ஸ்தாபிக்க வேண்டும். ஸ்வதேசீயம் என்ற மூர்த்தன்யமான இயக்கத்தால்தான் அந்தத் தனிமையை நிலைநாட்ட முடியும். அந்தத் தனிமைதான் விடுதலை; அது தான் ஸ்வராஜ்யம்; அதுதான் தேசீயத்தின் முடிவான பலன். இந்தியா விடுதலை அடைவது தனக்காக அல்ல; உலகத்திற்காக. கடவுளின் கட்டளையை நிறைவேற்றுவதற்காக கடவுளாகவே ஆவதற்காக என்று சொல்லிவிடலாம்.

முன்னோர் இடத்தில் ஸ்ரீ அரவிந்தரின் யோகத்தைப் பற்றிச் சுருக்கமாகச் சொன்னேன். மனித சரீரத்திலிருக்கும் சக்தி, யோகத்தால் விருத்தியாகிச் சரீரத்தையே வியாபித்து (கரிக்கட்டியில் நெருப்புப் பரவுவது போல) நிற்கும்; அதேபோல தேசத்திலிருக்கும் பாரத சக்தி ஸ்வதேசீய யோகத்தால் நாடெங்கும் வியாபித்து ஜகத் ஜோதியான விசுவபாரத சக்தியாக விளங்கும்; முறையே அந்த சக்தி அபிவிருத்தி பெற்று உலக சக்தியாகும். அப்பொழுது ஈசுவரன் அந்த விச்வ சக்தியின் பரிணமிப்பில் கலந்து வானுலகைச் சிருஷ்டி செய்கிறான். அந்தப் பிறவிதான் பூரண யோகத்தின் லட்சியம்.

ஸ்ரீ அரவிந்தரின் இந்த மூலாதாரமான எண்ணத்திலிருந்துதான் அவருடைய தேசீயம் ஜனிக்கிறது; அவர் குடியேற்ற நாட்டு அந்தஸ்தைக் கேட்கவில்லை; சட்ட சபைகளில் பெரு வாரிப் பிரதிநிதித்துவம் கேட்கவில்லை; விடுதலையையும் கூட அவர் கேட்கவில்லை. விடுதலை யாரிடமிருக்கிறது கேட்டுப் பெற்றுக்கொள்ள? நம்மிடம் இருக்கிறது. ஸ்வராஜ்யம் நம்முள் இருக்கிறது. அதை நாம் அறிந்து அடைய வேண்டும். நாம் அடையப் போகும் விடுதலை ஆங்கிலேயர்கள் கொடுக்கக் கூடியதல்ல; அது அவர்களிடமும் இல்லை, கொடுக்க. விடுதலை நம்மிடம் இருக்கிறது; அதை நாம் அறியவேண்டும். அறிந்தால் பெற்றுவிடுவோம்.

ஸ்ரீ அரவிந்தரின் 'ஸ்வதேசீயம்' என்ற மார்க்கம் இந்த ஞானத்தைப் பெறுவதற்காகத்தான். ஆத்ம ஞானம் ஏற்படுவதற்கு வழி, பஞ்ச பூத சக்திகளை ஒன்றுபடுத்திக் கர்ம யோக மார்க்கத்தில் ஈடுபடுவதேயாகும். இந்தியர்கள் வாழ்க்கையின் எல்லா அம்சங் களிலும் இந்தியராக, ஸ்வதேசீயராக இருந்து ஒரு கட்டுப்பாடாக வாழ்ந்தால் இந்தியாவின் தனிப்பெருமை வெளியாகும். அப்பொழுது இந்தியா பிறகுணமற்ற விடுதலைப் பூமி ஆகும். சக்தி அதன் ஒவ்வோர் அங்கத்திலும் சம்பூர் ணமாக நிற்கும். தைரியமாகக் குரலெடுத்துத் தான் பயின்ற முறையை உலகிற்குக் கூறலாம். உலகம் அப்போது செவிசாய்த்துக் கேட்கும்.

ஆங்கில நாகரிகத்திலேயே ஊறின மன மொன்று இப்படி இந்திய நாகரிகத்தின் தனிமையை உணர்ந்து அந்த ரகசியத்தை மூல மந்திரத்தைப் போல வெளிப்படுத்தியது எதனால்? தன் உருவையே மாற்றும் நீரில் ஊறிய விதை தானே வெடித்து வளர்ச்சியை அறிகிறது? அரவிந்தர் நினைப்பது தேசீயம்; சொல்வது தேசீயம்; செய்வது தேசீயம். அவர் தேசீ யத்தின் பிரத்தியக்ஷமான ஸ்வரூபம்.

ஆகையால் அரவிந்தரின் தேச பக்தியைப் பற்றிச் சொல்ல வேண்டுமா? அவருடைய விடுதலை வேட்கையைப் பற்றித்தான் சொல்ல வேண்டுமா?

விடுதலைதான் அவர் உச்சரிக்கும் மந்திரம். அது ஸாதனையால் கிட்டும். நம்பிக்கை, சிரத்தை, தியாகம் இவற்றால்தான் அந்த ஸாதனை ஸித்தியாக வேண்டும். இந்த மூன்றும் தைரியத்தாலும், பலத்தாலும், ஆண்மையா லும் இடையற்று நிற்க வேண்டும்.

எந்த இடையூறாலும் நம்பிக்கையோ, சிரத்தையோ, தியாகமோ தளரக்கூடாது. எந்தப் பலாத்காரத்திற்கு முன்பும் அவை தணியக் கூடாது. எந்த ஆசைகளாலும் தூண்டுதல்களாலும் அவை மறையக்கூடாது.

இந்த இடத்தில் ஸ்ரீ அரவிந்தருடைய கொள்கையில் இருக்கும் 'சர்வ மதப் பிணைப்பு' *(Synthesis)* நன்றாக வெளியாகிறது. அது ஹிந்து யோக முறைகளுடைய கூட்டு மட்டும் அன்று; மேல் நாட்டு ஆராய்ச்சி முடிவுகள் கூட அதில் கலந்திருக்கின்றன. நீட்ஷா என்னும் ஜெர்மன் விஞ்ஞானியினுடைய கொள்கை எவ்வளவு தூரம் அரவிந்த யோகத்தில் பிணைப்புக் கொண்டி ருக்கிறது என்பது அவர் பலத்திற்கும், தைரியத்திற்கும், ஆண்மைக்கும் கொடுக்கும் முக்கியத்துவத்திலிருந்து விளங்கும். நமது வேதாந்தத்தில் இவற்றிற்குத் தலைமை இல்லை என்பதல்ல; நமது ஹட யோகத்தின்படி சரீரத்திற்கு ஏற்படும் முக்கியத்துவந்தான் இது. என்றாலும், பரிணாம வாத ரீதியில் நீட்ஷா, சரீரத்திற்குக்

கொடுத்திருக்கும் சிறப்பை அரவிந்தர் அங்கீகரித்து தமது ஆத்ம பரிணாம ஸித்தாந்தத்தில் பிணைத் திருக்கிறார் என்று எனக்குப் படுகிறது.

இந்த அம்சத்தைப் பின்னால் அரவிந்த யோகத்தைப் பற்றிக் கூறும்பொழுது விஸ் தரிக்கிறேன்.

## எட்டாம் அத்தியாயம் : மாணவர்கள் பரீட்சை

அரசியலில் கலந்துகொள்ளக் கூடாது என்று 1905-ல் வங்காள சர்க்கார் தடை உத்தரவுகள் போட்டார்கள். அதனால் மாணவர்கள் பின்னும் கொஞ்சம் தீவிரமாக அரசியலில் கலந்து கொண்டார்கள். பலர் கல்கத்தா சர்வ கலாசாலையுடன் பிணைக்கப்பட்ட பள்ளிக்கூடங்களிலிருந்து வெளியேற்றப் பட்டார்கள். இவர்களுக்கு மேல் படிப்புக் கொடுப்பதற்காக தலைவர்கள் ஒன்று சேர்ந்து நவம்பர் மாதத்தில் தேசீயக் கல்வித் திட்டம் ஒன்று போட்டார்கள். ஸ்வதேசீயத்தின் ஓர் அம்சமான தேசீயக் கல்விக்கு ஆரம்பம் இந்த மாதிரி ஏற்பட்டது.

ஐம்பது வருஷங்களாக அதற்குமுன் சர்க்கார் அளித்துவந்த கல்வித் திட்டத்தில் மக்களுக்கு ஒருவிதமான சாதகமும் ஏற்பட வில்லை. அந்நிய அரசாங்கத்தார் தங்கள் சௌகரியத்திற்கு ஏற்றவாறும் தங்கள் அரசாட்சி நிலை நிற்கும் பாதையிலும் அக்கல்வியைப் புகட்டினார்கள். ஆங்கில பாஷையின் மூலம் மேற்படிப்பு முழுவதும் கற்க வேண்டிய அவசியத்தால் ஆங்கிலத்திற்கு நாட்டில் பலத்த ஊன்றுதல் ஏற்பட்டுவிட்டது. அதில் இலக்கியமேதான் அதிகமாக இருந்தது; பொருளாதாரம், கைத்தொழில் முறைகளுக்கு அதில் இடமே இல்லை. இப்படிப்பட்ட மூலாதாரமான குறைகளை நீக்கத்தான் தேசீயக் கல்வித் திட்டத்தைத் தலைவர்கள் போட்டார்கள்.

நாட்டின் இயல்பிற்கு ஏற்றவாறு நாட்டு உணர்ச்சியையும் நாட்டின் நாகரிக தத்துவத்தையும் புகட்டும் கல்விதான் மக்களைத் தேசீய வாழ்க்கையில் பூர்ணமாகப் பங்கெடுத்துக் கொள்ள லாயக்குள்ளவர்களாகச் செய்யும். கல்கத்தாவில் ஒரு

தேசீயக் கல்லூரி ஆரம்ப மாயிற்று. ஸ்ரீ அரவிந்தர் அதன் முதல் தலைமை ஆசிரியராக நியமிக்கப்பட்டார்.

ஆனால் கொஞ்ச காலத்திற்குள் அந்தக் கல்லூரியை ஸ்தாபித்தவர்கள் அதன் நோக்கத்தை மறந்து, அதைச் சர்க்கார் அங்கீகரிப்பின் கீழ் விட்டு, உயர்ந்த லட்சியங்களின் அபிவிருத்திக்கு இடமில்லாமல் செய்துவிட்டார்கள். ஸ்ரீ அரவிந்தர் மகத்தான ஆர்வத்துடன் கல்வியையே திருத்தி அமைத்து விடலாம் என்று தலைமைப் பதவியை ஏற்றுக்கொண்டார்; ஆனால் அவர் எண்ணங்கள் ஈடேற வில்லை; அவர் வாக்குச் செல்லவில்லை. ஆகையால் அவர் இஷ்டப்படி ஒன்றும் செய்ய முடி யாமல் போயிற்று.

ஆனால் தம் கருத்துக்களை வெளியிட அவருக்கு வேறொரு சாதனம் ஏற்பட்டது. விபின சந்திர பாலர் ஆரம்பித்த வந்தே மாதரம் என்ற பத்திரிகையில் எழுத ஆரம்பித்தார்; கொஞ்ச நாளில் அதன் ஆசிரியர் பொறுப்பு முழுதும் அவர் கைக்கு வந்துவிட்டது. அந்தத் தினசரியை நடத்துவதற்கு ஒரு கூட்டுக் கம்பெனி ஆரம்பமாயிற்று. அதில் அரவிந்தர் ஒரு டைரக்டர் ஆனார். வந்தே மாதரம் மிகவும் பிரபலமாயிற்று. ஸ்ரீ அரவிந்தர் அதன் பக்கங்களில் ஆண்மையும் தைரியமும் பலமும் ஊட்டும் கட்டுரைகளை எழுதி எழுதி மக்களைத் தட்டி எழுப்பினார்.

வந்தே மாதரத்தின் மூலகமாகத்தான் ஸ்ரீ அரவிந்தர் முதல் முதலாகப்பிரக்கியாதி பெற்றார். விபின சந்திரபாலர் சிறைப்பட்டவுடன் வங்காள தேசீய வாதிகளின் தலைவரானார் ஸ்ரீ அரவிந்தர். அந்தக் கட்சியின் தலைவராகச் சூரத்துக் காங்கிரஸிற்கு 1907-ஆம் வருஷத்தில் வந்தார். அங்கே நடந்த சம்பவங்கள் இப்பொழுது சரித்திரம் ஆகிவிட்டன. அங்கே நடந்த பிளவு இந்திய தேசீய இயக்கத்தின் சரித்திரத்தில் ஒரு திரும்பு முனை. அங்கே தீவிரவாதிகள், திலகரின் தலைமையில் காங்கிரஸில் முதன் முதலாக ஒரு கட்சி பலத்துடன் வெளிவந்தார்கள். ஸ்ரீஅரவிந்தர் திலகருக்கு வலது கையாக இருந்தார். அந்தக் காங்கிரஸ் முடிந்ததும்

அரவிந்தர் பம்பாய், மத்திய மாகாணங்களில் தாம் கண்ட தேசீய தத்துவத்தைப் பற்றிப் பிரசங்கங்கள் செய்து சுற்றுப் பிரயாணம் செய்தார். வருஷக் கடைசியில் கல்கத்தா திரும்பினார்.

1908-ஆம் வருஷம் ஏப்ரல் மாதம் முஸபர் பூர் நகரத்தில் நடந்த ஒரு வெடி குண்டு விபத்தில் இரண்டு ஐரோப்பிய ஸ்திரீகள் இறந்து போனார்கள். மே மாதம், இரண்டாம் தேதி காலையில், அரவிந்தர் தூங்கிக் கொண்டிருக்கும்பொழுதே போலீஸார் அவர் வீட்டிற்கு வந்து அவரைக் கைது செய்து, கல்கத்தா மத்திய போலீஸ் ஆபீஸுக்குக் கொண்டு போனார்கள்.

மேமீ 18-ஆம் தேதி விசாரணை ஆரம்பமாயிற்று. பிராஸிக்யூஷன் தரப்பில் கார்ட்டன் துரை வழக்கை நடத்தினார். அக்டோபர் 23-ஆம் தேதி விசாரணை செஷன்ஸுக்கு மாற்றப்பட்டது. விசாரணை செய்த நீதிபதி, இங்கிலாந்தில் ஸ்ரீ அரவிந்தருடன் ஐ. ஸி. எஸ். ஸில் கூடப் படித்தவர். நார்ட்டன் துரை 16 நாட்கள் வாதம் செய்தார். அரவிந்தர் சார்பாக, சித்தரஞ்சன தாஸ் 8 நாட்கள் பேசினார். கடைசியாக அவர் குற்றவாளியல்ல என்று தீர்ப்புச் சொல்லப்பட்டது. கைதியான ஒரு வருஷத்திற்குப் பிறகு அரவிந்தர் விடுதலை அடைந்தார்.

ஸி. ஆர். தாஸ் தமது வாதத்தில் ஓர் இடத்தில் பின்வருமாறு பேசினார்; இந்தப் பாகம் இப்பொழுது மிகவும் பிரக்கியாதி அடைந்துவிட்டது:

"இந்த விவாதம் முடிந்து வெகு நாட்கள் ஆன பிறகும், இந்தக் குமுறலும் கொந்தளிப் பும் அடங்கின பிற்பாடு, இவரே காலமான பிறகு, - ஸ்ரீ அரவிந்தரை மக்கள் தேச பக்தியின் கவி என்று போற்றுவார்கள்; தேசீயத்தின் ரிஷி என்று புகழ்வார்கள்; மனித சமூகத்தின் பந்து என்று வாழ்த்துவார்கள். இவர் பெயர் இந்தியாவில் மட்டுமின்றி, கடல் கடந்து தூர தேசங்களிலும் எதிரொலிக்கும்."

1909-ஆம் வருஷம் மே மாதம் 9-ஆம் தேதி ஸ்ரீ அரவிந்தர் விடுதலை அடைந்தார்.

அவர் சிறையிலிருந்த ஒரு வருஷ காலத் திற்குள் அவர் மனம் பெரிய மாறுதல் அடைந்தது.

இந்த இடத்திலிருந்து அவருடைய வாழ்க்கையில் மற்றொரு பகுதி ஆரம்பமாகிறது.

அந்த மன மாற்றத்தின் முழுப் பிறப்பு வளர்ப்பையும், ஸ்ரீ அரவிந்தர் தமது பிரசித்தி பெற்ற உத்தர பாராப் பிரசங்கத்தில் அருள் வாக்குடன் வெளியிட்டார். அதை அடுத்த அத்தியாயமாகக் காணலாம்.

ஸ்ரீ அரவிந்தருக்கு அப்பொழுது வயது முப்பத்து மூன்று.

# ஒன்பதாம் அத்தியாயம் : உத்தரபாராப் பிரசங்கம்

உங்களுடைய சபையின் வருஷாந்தரக் கூட்டத்தில் பேசும்படி நீங்கள் என்னைக் கேட்டுக் கொண்டபொழுது, இன்றை விஷயமாகிய ஹிந்து மதத்தைப்பற்றிச் சில வார்த்தைகள் சொல்லுவதாக உத்தேசித்திருந்தேன். இப்பொழுது நான் அந்தப்படி செய்யப்போகிறது சந்தேகம். ஏனென்றால், நான் இங்கே உட்கார்ந்திருந்த பொழுது உங்களுக்குச் சொல்ல வேண்டிய ஒரு வார்த்தை என் ஞாபகத்திற்கு வந்தது. இந்திய சமூகத்திற்கே நான் சொல்ல வேண்டிய ஒரு வார்த்தை அது. அது எனக்கு முதலில் சிறையில் உபதேச மொழியாக வந்தது; சிறையிலிருந்து வெளியே வந்ததும், நான் அதை என் நாட்டினருக்குச் சொல்ல வேண்டி இருக்கிறது.

நான் இங்கே வந்து ஒரு வருஷத்திற்கு மேலாகிவிட்டது. நான் அப்பொழுது தனி யாக வரவில்லை. தேசீயத்தின் மகா தீர்க்க தரிசிகளில் ஒருவர் என் பக்கத்தில் இருந்தார். கடவுளின் ஆக்ஞையால் தனிமையைப் பெற்று, சிறையின் மௌனத்திலும் ஏகாந்தத்திலும் அவர் அந்த வார்த்தையை அறிந்தார். அதிலிருந்து அவர் வெளிவந்த சமயம் அப்பொழுது. அவரை வரவேற்க நீங்கள் ஆயிரக் கணக்கில் வந்து கூடினீர்கள். இப்பொழுது அவர் கண் காணாச் சீமையில் இருக்கிறார்; அவருக்கும் நமக்கும் இடையே ஆயிரக் கணக்கான மைல்கள் இருக்கின்றன. என்னுடன் வேலை செய்து எனக்கு அறிமுகமான இன்னும் சிலர் இங்கில்லை. தேசத்தில் அடித்த புயல் அவர்களை நானா திக்குகளிலும் சிதற வடித்துவிட்டது. இந்தத் தடவை நான் ஒரு வருஷம் சிறை வாசம் செய்துவிட்டு வெளியே வந்து பார்க்கும் பொழுது எல்லாம் மாறியிருக்கிறது. என் னுடன் கூடவே இருந்து என்னுடன் தொண்டு செய்தவர் பர்மாவில் கைதியாக

இருக்கிறார்; மற்றொருவர் எங்கோ வடக்கே கைதியாகச் சீரழிகிறார். சிறையிலிருந்து வெளி வந்ததும் தேடினேன்; யோசனையும் உத்ஸாகமும் அளித்த நண்பர்களைத் தேடினேன், காணவில்லை.

அது மட்டுமல்ல : நான் சிறை சென்ற பொழுது நாடு முழுவதும் வந்தே மாதர கோஷத்தில் உயிர் ததும்பி நின்றது; தேசத்தின் நம்பிக்கை உயிர் கொண்டெழுந்திருந்தது. மெள்ள அடிமைத்தனத்திலிருந்து தலைதூக்கிய கோடிக்கணக்கான மக்களின் நம்பிக்கை அது. சிறையிலிருந்து வந்தவுடன் காது கொடுத்துக் கேட்டேன். அந்தக் கோஷத்தைக் காணோம். ஒரு நிச்சப்தந்தான் இருந்தது. தேசமே பேச்சற்றுப் போய் நின்றது; மக்கள் பிரமை கொண்டவர்கள் போலத் தோன்றினார்கள். எதிர்கால நம்பிக்கைகளும் ஆசைகளும் நிறைந்த ஒரு திவ்விய தரிசனத்திற்குப் பதிலாக எங்கே பார்த்தாலும் ஆகாயம் கறுத்து மனிதன் கைகள் இடியும் மின்னலும் பொழிந்து கொண்டிருந்தன. எப்படிப் போவது என்று ஒருவனுக்கும் தோன்றவில்லை. "என்ன செய்வோம் இனி மேல்?" என்ற கேள்விதான் எங்கும் உதித்தது. எனக்குக்கூட எந்த வழியில் போவது என்று தெரியவில்லை; மேலே என்ன செய்வது என்றும் தோன்றவில்லை. ஆனால் எனக்கு ஒன்று தெரிந்தது. அந்தக் கோஷத்தையும், அந்த நம்பிக்கையையும் தூண்டிக் கிளப்பிய அதே ஈசுவர சக்திதான் இந்த நிசப்தத்திற்கும் மூலம் என்பது தெரிந்தது. இந்த இரைச்சலிலும் இயக்கத்திலும் இருந்தவன்தான் இந்தத் தயக்கத்திலும் தடுமாற்றத்திலும் இருந்தான் என்பது நிச்சயம். இது எதற்காக?

தேசம் ஒருக்ஷணம் பின்வாங்கி, தன்னைத் தானே ஆராய்ந்து பார்த்துக்கொண்டு கடவு ளின் இச்சையை அறிவதற்காகத் தான். இந்த அமைதியால் நான் கலக்கம் அடையவில்லை; ஏனெனில், சிறையில் எனக்கு இந்த அமைதி சகஜமாகி விட்டது. மேலும் இந்த அமைதியின் தாமதத்தில்தான் நான் இந்த உபதேசத்தைப் பெற்றேன். விபின சந்திரபாலர் சிறையிலிருந்து வெளியில் வந்தபொழுது ஒரு செய்தி யுடன் வந்தார். அது திவ்விய வாக்கு உதிர்த்த செய்தி. அவர் இங்கே

செய்த பிரசங்கம் எனக்கு நினைவில் இருக்கிறது. அதில் அரசியல் கூட அவ்வளவில்லை ; அதில் அத்தியாத்ம அனுபவந்தான் நிறைய இருந்தது. தமக்குச் சிறையில் ஏற்பட்ட ஞானத்தைப் பற்றியும், நம்முள் இருக்கும் கடவுட் சக்தியைப் பற்றியும், தேசத்தில் இருக்கும் கடவுள் ஸான்னித்யதைப் பற்றியும் அதில் பேசினார். பின்னால் ஸப்தப் பிரதேசங்களிலும் இயக்கத்தின் சக்தி சாதாரண மானதல்ல வென்றும், அதன் நோக்கமும் சாதாரணமல்ல வென்றும் விளக்கினார்.

இப்பொழுது நானும் உங்களைச் சந்தித்து விட்டேன். நானும் சிறையிலிருந்துதான் வந்திருக்கிறேன். இப்பொழுதும் உத்தரபாராப் பிரஜைகளான நீங்கள்தான் என்னை முதல் முதலாக வரவேற்கிறீர்கள் - அரசியல் கூட் டத்தில் அல்ல - நமது சனாதன தர்மத்தை காக்கும் பொருட்டு ஏற்படுத்தப்பட்டிருக்கும் சபையின் ஆதரவில். பக்ஸார் சிறையில் விபின சந்திர பாலருக்குத் தந்த ஸந்தேசத்தைக் கடவுள் அலிபூர் சிறையில் எனக்குக் கொடுத் தார். நான் சிறையில் வசித்த பன்னிரண்டு மாதங்களிலும் ஒவ்வொரு நாளுமாகக் கடவுள் அந்த ஞானத்தை எனக்குப் புகட்டினார். சிறையிலிருந்து வெளியே வந்ததும் அதை உங்களுக்குத் தெரிவிக்கும் படியாக எனக்குக் கட்டளையிட்டிருக்கிறார்.

நான் விடுதலை யடைந்து வெளிவருவேன் என்று எனக்குத் தெரியும். ஒரு வருஷம் தனிமையில் தவம் செய்ய வேண்டியதற்குத் தான் அந்தச் சிறைவாசம் ஏற்பட்டது. ஈசுவர சங்கல்பத்திற்குத் தேவையான அளவிற்கு மேல் எவனால் என்னைச் சிறையிட்டு வைத்திருக்க முடியும்?

ஒரு வார்த்தையை வெளியிடும்படி என் னிடம் சொல்லியிருக்கிறார்.

ஒரு காரியத்தைச் செய்து முடிக்கும்படி கட்டளையிட்டிருக்கிறார். நான் அந்த வார்த்தையைச் சொல்லி முடிப்பதற்கு முன் என் வாயை அடக்க யாராலும் முடியாது;

அந்தக் காரியத்தை நான் செய்து முடிக்குமுன், எந்தப் புருஷ சக்தியும் கடவுளின் கருவியை நிறுத்த முடியாது. இது எனக்குத் தெரியும். அந்தக் கருவி எவ்வளவு சிறிதாயிருந்தால் என்ன, வலிவற்றதாய் இருந்தாலென்ன? நான் வெளியே வந்து விட்டதால், இப்பொழுது தான் நான் பேச வேண்டுமென்று எண்ணாத அந்த வார்த்தையை எனக்கு அவர் நினைப்பூட்டி விட்டார். நான் எண்ணினதைத் தள்ளிவிட்டார்; நான் இப்பொழுது பேசுவது அவர் நிர்ப்பந்தத்தால்; அது இப்பொழுது தோன்றினதுதான்.

என்னைக் கைது செய்து லால் பஜார் போலீஸ் ஸ்டேஷனுக்குக் கொண்டுபோன பொழுது எனக்குக் கொஞ்சம் அவரிடம் இருந்த நம்பிக்கை தளர்ந்தது; ஏனென்றால் அவருடைய கருத்து எனக்கு அர்த்தமாக வில்லை. ஆகையால் நான் ஒரு நிமிஷம் தயங்கி எனக்குள்ளேயே பிரலாபித்துக் கொண்டேன்: "இதென்ன எனக்கு இந்த மாதிரியாகிவிட்டதே ? என் நாட்டு மக்களுக்கு நான் செய்ய வேண்டிய கடமை ஒன்றிருக்கிறது என்றும், அது முடியும் வரை நீ என்னைப் பாதுகாப்பாய் என்றுமல்லவா எண்ணினேன்? எதற்காக என்னை இங்கே கைது செய்து கொண்டு வந்திருக்கிறார்கள் ? "

ஒருநாள், இரண்டு நாட்கள், மூன்று நாட் கள் கழிந்தன. எனக்குள்ளிருந்து ஒரு குரல் கிளம்பி, "பொறுத்துப் பார்!" என்றது. உடனே நான் அமைதியடைந்து காத்திருந் தேன். லால் பஜாரிலிருந்து என்னை அலிபூருக்குக் கொண்டுபோய் அங்கே தனிக் காவலில் வைத்தார்கள் ஒரு மாதம். என்னுள் இருந்த கடவுளின் குரலைக் கேட்பதற்கு இரவும் பகலுமாக அங்கே செவி சாய்த்துக் கொண்டிருந்தேன் - அவர் என்ன சொல்லுகிறார் என்பதைக் கேட்க, நான் என்ன செய்ய வேண்டுமென்பதை அறிய. இந்தத் தனிமையில்தான் எனக்கு முதல் முதலாகத் தத்துவ போதம் ஏற்பட்டது. எனக்கு முதற் பாடம் அங்கேதான் ஆரம்பமாயிற்று. அப்பொழுது தான் எனக்குத் தெரிந்தது. நான் கைதியாவதற்கு ஓரிரண்டு மாதங்களுக்கு முன்பே எனக்கோர் உத்தரவு பிறந்திருந்தது.

எல்லாக் கைக் காரியங்களையும் தூர வைத்துவிட்டு தனியாகச் சென்று ஆத்ம சோதனை செய்துகொண்டு கடவுளுடன் இன்னும் அதிகமாக நெருக்கம் கொள்ள வேண்டுமென்று தோன்றிற்று.

ஆனால் அப்பொழுது சபல புத்தியால் அந்த அழைப்பிற்கு இணங்காமல் இருந்துவிட்டேன். நான் செய்து கொண்டிருந்த தொண்டு எனக்குப் பெரிதாகத் தென் பட்டது. நான் இல்லாவிட்டால் அந்த வேலையே நடக்காது, நின்றே போய்விடும் என்று அகங்காரம் கொண்டிருந்தேன். மறுபடியும் எனக்கு அவர் உபதேசம் செய்தது போல் தோன்றிற்று. "நீயாகவே அறுக்கத் துணியாத பந்தங்களை நான் அறுத்துவிட்டேன். ஏனென்றால், அது அப்படி நடைபெற வேண்டுமென்பதல்ல என் இஷ்டம். நான் உனக்கு வேறு வேலை வைத்திருக்கிறேன். அதற்காகத்தான் நான் உன்னை இங்கே கொண்டுவந்திருக்கிறேன் - நீயாகத் தெரிந்து கொள்ளாத ஓர் உண்மையை உனக்குத் தெளிவுபடுத்தத்தான்; உன்னை என் வேலைக் குத் தயார் செய்யத்தான்.

பிறகு பரமாத்மா கீதையை என்னிடம் கொடுத்தார். அவருடைய சக்தி என்னுள் புகுந்தது; கீதையின் ஸாதனையைக் கைக்கொண்டேன். அர்ஜுனன் என்ன செய்யவேண்டும் என்று ஸ்ரீ கிருஷ்ணபகவான் எதிர்பார்த்தார் என்பதை அறிந்ததோடு மட்டுமின்றி உணரவும் ஆரம்பித்தேன். அதிலிருந்து பகவான் தம் காரியத்தைச் செய்ய ஆவல் கொண்டவர்களிடமிருந்து என்ன எதிர்பார்க்கிறார் என்பதையும் உணர்ந்தேன். விருப்பு வெறுப்பின்றிக் கர்மாவைச் செய்யவேண்டும்; பலனை எதிர்பார்க்காமல் அவர் ஏவலைச் செய்ய வேண்டும். காரத்தை ஒழித்து அவர் கைக் கருவியாக வேண்டும். உயர்ந்தோரையும் தாழ்ந்தோரையும், சத்துருவையும் மித்திரனையும், வெற்றியையும் தோல்வியையும் ஒரே விதமாகப் பாராட்ட வேண்டும். அவர் வேலையைச் சிரத்தையுடன் செய்ய வேண்டும். ஹிந்து மதத்தின் அர்த்தத்தை உணர்ந்தேன். ஹிந்து மதத்தையும் சனாதன தர்மத்தையும் பற்றி நாம் அடிக்கடி

பேசுகிறோம். ஆனால் அது என்ன என்பதை நாம் சரியாக உணரவில்லை. எல்லா மதங்களும் கொள்கைகளும் கோட்பாடுகளுமாக இருக்கின்றன. ஆனால் சனாதன தர்மம் வாழ்க்கை. அது அவ்வளவு கொள்கை கூட அல்ல; சனாதன தர்மம் வாழ்க்கையின் நடப்பு. உலகம் உய்வதற்காக இந்த நாட்டில் தனியாக வளர்ந்தது இந்தத் தர்மம். இந்த மதத்தை உலகிற்கு அளிக்கத்தான் இந்தியா சீறி எழுந்திருக்கிறது. இதர நாடுகளைப் போலத் தனக்காக இந்தியா விழித்தெழவில்லை; பலங்கொண்டு எளியோரை நசுக்க இந்தியா எழுந்திருக்கவில்லை. தன்னிடத்தில் ஒப்படைக்கப் பட்டிருக்கும் சனாதன ஒளியை உலகத்திற்கு ஊட்டவே எழுந்திருக்கிறது. மனித சமூகத்திற்காகத்தான் இந்தியா என்றும் இருந்திருக்கிறது; தனக்காக மட்டும் அல்ல; மனித சமூகத்திற்காகத்தான், தனக்காக அல்ல, இந்தியா புத்துயிர் பெறவேண்டும்.

ஆகையால் இதுதான் அவர் எனக்கு அடுத்தபடியாக உணர்த்தியது. ஹிந்து மதத்தின் மூலாதார தத்துவத்தை எனக்குப் புகட்டினார். சிறை காப்பாளர்கள் என்னைக் கண்டு இரங்கும்படி தூண்டினார். "தனிக் காவலில் அவர் கஷ்டப்படுகிறார். காலையும் மாலையும் அரைமணியாவது சிறைக்கு வெளியில் உலா வட்டும்" என்று ஆங்கில ஜெயில் அதிகாரியிடம் சிபார்சு செய்தார்கள். அந்தமாதிரி ஏற்பாடாயிற்று. நான் அப்படி உலாவிக் கொண்டிருக்கையில் தான் அவர் சக்தி மறுபடி யும் எனக்கு உண்டாயிற்று. மனிதர்களிடமிருந்து என்னைப் பிரித்துத் தனிமைப்படுத்தி வைத்திருந்த சிறையைப் பார்த்தேன். அதன் சுவர்களல்ல என்னைச் சூழ்ந்திருந்தவை ; வாஸ தேவன் என்னைச் சூழ்ந்துகொண்டிருந்தார்! என் அறைக்கு முன்பு இருந்த மரத்தின் கீழ் உலவிய பொழுது அது நிழலாக எனக்குத் தென்படவில்லை. அது வாஸுதேவன்! ஸ்ரீ கிருஷ்ணபகவான் அங்கே நின்றுகொண்டு தம் நிழலை எனக்கு அளித்தார். என் அறைக்கதவிலிருந்து கம்பிகளைப் பார்த்தேன், கதவைப் பார்த்தேன்- எல்லாம் வாஸுதேவன்! நாராயணரே அங்கே

காவலாளியாக நின்று கொண்டிருந்தார். அங்கே அவர்கள் கொடுத்திருந்த முரட்டுக் கம்பிளியில் நான் படுத்துக் கொண்டபொழுது ஸ்ரீ கிருஷ்ணபகவான் கை என்னைத் தழுவிக்கொண் டது - என் காதலனின் கை ! அவர் அருளிய ஞானதிருஷ்டியின் முதல் பிரயோஜனம் இது தான்: கைதிகளையும், கொலை செய்தவர்களையும், திருடர்களையும் பார்த்தபொழுது எனக்கு வாஸுதேவனுருவந்தான் கண்ணில் பட்டது. அந்தச் சிதைந்த உயிர்களிலும் ஆத்மாக்களிலும் நாராயணர் ! அந்த வழிப்பறிக்காரர்கள் நடுவிலும் என்ன இரக்கம், அனுதாபம், அவ்வளவு கஷ்டத்திலுங்கூட வெற்றி பெற்று வெளித்தோன்றும் தயை! ஒரு தடவை அங்கே எழுதப் படிக்கத் தெரியாத ஒரு குடியானவனைச் சந்தித்தேன். அவன் புண்ணிய புருஷன். வழிப்பறிக்காரன் என்று அவனுக்குப் பத்து வருஷம் கடுங்காவல் ஏற் பட்டிருந்தது. மறுபடியும் பகவான் என்னைப் பார்த்து, "பார், எவர் நடுவே உன்னை இட்டு என் வேலையைச் சொல்லி இருக்கிறேன். நான் உத்தாரணம் செய்யும் தேசமே இப் படிப்பட்டதுதான் ; இதற்காகத்தான் அதை எழுப்புகிறேன்" என்றார்.

கீழ்க் கோர்ட்டில் விசாரணை ஆரம்பமாகி எங்களை நீதிபதி முன்பு கொண்டு போன பொழுதும் எனக்கு இதே தரிசனந்தான் ஏற்பட்டது. "உன்னைச் சிறையிலிட்டபொழுது நீ உள்ளம் தளர்ந்து 'உன் பாதுகாப்பு எங்கே ?" என்று கதறவில்லையா? இப்பொழுது நீதிபதியைப் பார், பிராஸிக்யூஷன் தரப்பு வக்கீலைப் பார்."

பார்த்தேன். நான் பார்த்தது மாஜிஸ்ட்ரேட் அல்ல ; வாஸுதேவன், நாராயணன் தான் அங்கே நீதிபதியாக உட்கார்ந்திருந்தார். எதிர்த்தரப்பு வக்கீலைப் பார்த்தேன். ஸ்ரீகிருஷ்ணன், என் தோழன், என் காதலன், அங்கே உட்கார்ந்து கொண்டு புன்னகை புரிந்தார்.

"இப்பொழுது நீ கலங்குகிறாயா? நான் எல்லா மனிதர்களிடமும் இருக்கிறேன். நான் அவர்கள்

செய்கைகளையும் வார்த்தைகளையும் கட்டுப்படுத்துகிறேன். நான் உன்னைப் பாதுகாத்துத்தான் வருகிறேன்; கலங்காதே. உன் மேல் தொடரப்பட்டிருக்கும் இந்த வழக்கைப் பற்றி நீ கவலைப்பட வேண்டாம். நான் பார்த்துக் கொள்ளுகிறேன். இந்த விசாரணைக் காக நான் உன்னை இங்கே கொண்டு வரவில்லையே. அது வேறு காரியம். என் காரியத்திற்கு இந்த வழக்கு ஒரு காரணம். அவ்வளவுதான்" என்றார் பகவான்.

பிறகு செஷன்ஸ் கோர்ட்டில் விசாரணை ஆரம்பமான பொழுது என் வக்கீலுக்கு ஒத்தாசையாக, எதிர் சாட்சியத்தில் எது எது பொய்யென்றும், சாட்சிகளை எந்த எந்த விஷயத்தில் குறுக்கு விசாரணை செய்ய வேண்டுமென்றும் விரிவாகக் குறிப்புகள் தயாரிக்க ஆரம்பித்தேன். அப்பொழுது நான் எதிர்பாராத ஒரு சம்பவம் நேர்ந்தது. என் தரப்பில் வாதிக்கும்படி ஏற்பாடு செய்யப்பட்ட வக்கீல் மாறி வேறொருவர் வந்தார். அவர் எதிர்பாராமல் வந்தார். அவர் என் நண்பர் தாம். ஆனால் அவர் வருவார் என்று நான் எதிர்பார்க்கவில்லை. அவர் யார் என்று உங்களுக்குத் தெரியும். வேறு ஜோலிகளைக் கவனிக்காமல், தம் இதர வேலைகளையும் ஒதுக்கி வைத்துவிட்டு இரவு இரவாக உட்கார்ந்து பல மாதங்கள் ஆராய்ந்து என் கட்சியை எடுத்துப் பேசித் தம் உடல் நிலைக்கே சீர்குலைவைத் தேடிக் கொண்டாரே - சித்தரஞ்சனதாஸ்! அவரைப் பார்த்தவுடனேயே எனக்குத் திருப்தி யுண்டாகிவிட்டது. இருந்தாலும் அவருக்கு வேண்டிய தகவல் கொடுக்கவேண்டுமென்று நினைத்தேன். ஆனால் அந்த எண்ணங்களை யெல்லாம் மறக்க வடித்து ஓர் உத்தரவு உள்ளேயிருந்து பிறந்தது. "இந்த மனிதன் தான் உன்னை, உன் காலைச் சுற்றிக்கொண்டிருக்கும் பந்தங்களிலிருந்து நீக்கப் போகிறான். அந்தக் காகிதங்களை யெல்லாம் தூர எறிந்துவிடு. அவனுக்கு உதவி செய்கிறவன் நீயல்ல, நான்" என்று அவர் சொன்னார்.

அதுமுதல் என் வக்கீலிடம் நான் ஒரு வார்த்தை பேசவில்லை. கேள்விகளுக்கு நான் கொடுத்த பதில் என் கட்சிக்கு சாதகமாகவே இல்லை. நான் அதை அவரிடம்

ஒப்பித்துவிட்டேன். அவர் அதை மனப்பூர்வமாகக் கைக்கொண்டு எவ்விதம் சாதித்து முடித்தார் என்பது உங்களுக்குத் தெரியும். கடவுள் என்ன விதிக்கப் போகிறார் என்பது ஆதிமுதல் தெரியும். ஏனென்றால், அடிக்கடி என்னுள்ளிருந்து குரல் கிளம்பிற்று; "நான் நடத்துகிறேன். பயப்படாதே! நான் உன்னை எதற்காகச் சிறைக்குக் கொண்டு வந்தேனோ அந்த விஷயத்தில் ஈடுபடு. வெளியில் வந்தவுடன் ஞாபகமிருக்கட்டும்; பயப்படாதே, தயங்காதே! நான் தான் செய்கிறேன், வேறு யாரும் இல்லை என் பதை மறக்காதே. ஆகையால் என்ன தடங்கல்கள் ஏற்பட்டாலும், என்ன கஷ்டங்கள், அசந்தர்ப்பங்கள் ஏற்பட்டாலும், எதுவும் அசாத்தியமில்லை, எதுவும் கஷ்டமில்லை. நான் இந்தத் தேசத்தில் இருக்கிறேன்; இதன் எழுச்சியில் இருக்கிறேன். நான் வாஸுதேவன், நான் நாராயணன். நான் சங்கற்பிப்பது நடந்தே தீரும். பிறர் எண்ணுவது நடவாது. நான் உற்பத்தி செய்யத் தீர்மானிப்பதை எந்த மனுஷ்ய யத்தனத்தாலும் தடுக்க முடியாது."

அதற்குள் என்னை அவர் தனிமையிலிருந்து வெளியே கொண்டுவந்து, என்னுடன் குற்றம் சாட்டப்பட்டவர்களோடு என்னையும் வைத்தார். என் தியாகத்தையும் தேச பக்தியையும் பற்றி நீங்கள் இன்று பலவாறு புகழ்ந்து பேசினீர்கள். நான் சிறையிலிருந்து வெளிவந்த நாள் முதல், இதைப்போலவே தான் எங்கும் காதில் படுகிறது; அது எனக்குச் சங்கடமாக இருக்கிறது; மனவேதனை கூட ஏற்படுகிறது. ஏனென்றால், என் குற்றங் குறைகள் எனக்கு நன்றாகத் தெரியும். இதற்கு முன்னாலும் நான் அவற்றை அறியாமலில்லை. தனிமையில் அவை மூண்டெழுந்து என்னை எதிர்த்தன. அப்பொழுது அவற்றின் பலத்தை அறிந்தேன். நான் ஒரு தோஷப் பிண்டம் என்றும் பிற வலிமை ஏதாவது என்னுள் நுழைந்தால்தான் நான் பலம் கொள்வேன் என்பதையும் அறிந்தேன். அப்பொழுது நான் இந்த இளைஞர்களின் நடுவே பலரிடத்தில் பெரிய தைரியத்தையும் தியாகத்தையும்

கண்டேன். அவர்களுடன் ஒத்துப்பார்த்தால் நான் ஒன்றுமில்லை.

ஓரிருவர் என்னைக் காட்டிலும் விசேஷமான உறுதியும் குணமும் பெற் றிருந்ததைக் கண்டேன். அதுமட்டுமல்ல. எனக்குச் சமானமில்லை என்று நான் கர்வம் கொண்டிருந்த புத்தி வலுவிலும் பலர் என்னை மீறி இருந்தார்கள். பகவான்; "இது புதுத் தலைமுறை. என் ஆக்ஞையின் பேரில் தலையெடுக்கும் மகத்தான புது தேசம். உன்னைக் காட்டிலும் இவர்கள் தீரர்கள். உனக்கென்ன கவலை ? நீ தூங்கினாலும், விலகினாலும் காரியம் நடக்கும். நீ நாளைக்கு வெளியே போய்விட்டாலும் உன் காரியத்தைத் தொடர்ந்து நடத்தும் வாலிபர்கள் இதோ இருக்கிறார்கள். நீ செய்ததைக் காட்டிலும் இன்னும் அதிகமான திறமையுடன் இவர்கள் அதைச் செய்யக்கூடியவர்கள். இந்தத் தேசத்திற்கு நீ என் உபதேசத்தைத் தெரியப்படுத்த வேண்டும். அதுதான் இந்தத் தேசத்திற்கு மோட்ச சாதனமானது. அதைத் தெரிவிப்ப தற்காகத்தான் உனக்குக் கொஞ்சம் வலிமை அளித்திருக்கிறேன் !" என்று எனக்கு அடுத்தாற்போல் அருளினார்.

அப்பொழுது திடீரென்று ஒரு மாறுதல் உண்டாயிற்று. என்னை ஒருகணத்தில் ஒருதனி அறைக்குக் கொண்டு போய்விட்டார்கள்.

அப்போது அங்கே எனக்கு என்னவெல்லாம் நேர்ந்தன என்பதை நான் இங்கே கூறவில்லை.

இதுமட்டும் சொல்லுகிறேன்: ஒவ்வொரு நாளும் மேன்மேலும், அவர் தம்முடைய அற்புதங்களைக் காண்பித்தார். ஹிந்து மதத்தின் உண்மையை அறியச்செய்தார். அதற்கு முன்னால் எனக்கு அநேக சந்தேகங்கள் இருந்தன. பிறர் பழக்க வழக்கங்களினிடையே, முற்றும் எதிரிடையான ஒரு சூழ்வில் இங்கிலாந்தில் நான் வளர்ந்தவன். ஹிந்துமதத்தில் பலவற்றை வெறும் கட்டுக்கதை என்று நான்

ஒரு சமயம் எண்ணியதுண்டு; வெறும் கனவென் றும், ஏமாற்றமென்றும், மாயையென்றும் கருதியதுண்டு. ஆனால் இப்பொழுது நாள் ஆக ஆக ஹிந்துமதத்தின் உண்மைகளை என் மனத்தில் உணர்ந்தேன்; என் உள்ளத்தில் உணர்ந்தேன்; என் சரீரத்திலேயே உணர்ந்தேன். அவை எனக்குப் பிரத்யக்ஷ அனுபவங்களாகி விட்டன. எந்த விஞ்ஞான சாஸ்திரத்தாலும் தெளிவுறாத தத்துவங்கள் எனக்குத் துலங்கின.

நான் முதல் முதலில் அவரை அணுகின பொழுது, நான் ஒரு பக்தன் என்ற முறையில் நெருங்கவில்லை. ஞானி என்ற முறையிலுங் கூட நெருங்கவில்லை. ஸ்வதேசி இயக்கம் ஆரம்பிப்பதற்கு வெகு நாட்களுக்கு முன், பொது வாழ்வில் நான் ஈடுபடுவதற்கு முன் பரோ டாவில் இருந்தபொழுது நான் அவரை அணுக ஆரம்பித்தேன்.

நான் அப்பொழுது பகவானை அறிய விரும்பின பொழுது எனக்கு அனுபவ பூர்வகமான நம்பிக்கை கிடையாது. நிரீசுவர வாதியாகவும், நம்பிக்கையற்றவனாகவும் இருந்தேன். கடவுள் இருக்கிறார் என்ற நிச்சய புத்தி அப்பொழுது எனக்குக் கிடையாது. அவர் இருப்பதை நான் உணரவில்லை. ஆனால் எதனாலோ நான் வேதங்களின் பிரமாணத்தில் ஈடுபட்டேன்; கீதையின் தத்துவத்தில் லயித்தேன்; ஹிந்து மதத்தின் உண்மையை அறிந்தேன்; யோக சாஸ்திரத்தில் ஏதோ மகத்தானஉண்மை இருக்க வேண்டுமென்று ஊகித்தேன்; வேதாந் தத்தில் வேர்கொண்ட மதத்தில் உண்மை யிருக்கவேண்டுமென்று நிச்சயித்தேன். ஆகையால் நான் யோகாப்பியாசம் செய்ய ஆரம்பிக்கும்பொழுது இந்தப் பாவனையுடனும் பிரார்த்தனையுடனும் ஆரம்பித்தேன்: "நீ இருப்பது வாஸ்தவமானால் உனக்கு என் உள்ளம் தெரியும். நான் முக்தியைப் பெற விரும்பவில்லை யென்று நீ அறிவாய் ; பிறர் கேட்கும் எதுவும் எனக்குத் தேவையில்லை. நான் வேண்டுவது ஒன்றுதான். இந்தத் தேசத்தை உத்தாரணம் செய்ய சக்தி வேண்டும். இந்த மக்களுக்கு என்னால் இயன்றதைச் செய்யவேண்டும்; அந்தப் பணியிலேயே நான் காலந்தள்ள வேண்டும்."

யோகசித்தி பெற வெகுநாள் பாடுபட் டேன். பிறகு ஓரளவு வெற்றி பெற்றேன்; ஆனால் நான் விரும்பியது மட்டும் கிடைக்கவில்லை. அந்தச் சிறையின் தனிமையில், தனி அறையில், அதை மறுபடி வேண்டினேன்: "உன் ஆக்ஞை என்ன ? என்ன வேலை செய்வது? எப்படிச் செய்வது என்று எனக்குத் தெரியவில்லை. எனக்கு ஓர் உத்தரவு கொடு" என்று வேண்டினேன். யோகமுறையில் எனக்கு இரண்டு கட்டளைகள் பிறந்தன. ஒன்று, "உனக்கு ஒரு காரியம் விதித்திருக்கிறேன்: இந்த நாட்டை நீ உயர்த்து; கூடிய சீக்கிரம் நீ விடுதலை அடைவாய். இந்தத் தடவை நீ தண்டனை பெறவேண்டுமென்றோ அல்லது இதரர் போல நாட்டிற்காகச் சிறையில் வாட வேண்டுமென்றோ நான் எண்ணவில்லை. நான் உன்னை வேலைக்குக் கூப்பிட்டு விட்டேன். நீ கேட்கும் உத்தரவு பிறந்துவிட்டது. வெளியே போய் உன் வேலையைச் செய் என்று உனக்கு ஆதேசம் தருகிறேன்.

இரண்டாவது: இந்த ஒரு வருஷத் தனிமையில் உனக்குச் சில நுட்பங்கள் வெளியிடப்பட்டிருக்கின்றன ; உனக்குச் சில சந்தேகங்கள் இருந்தன, ஹிந்து மதத்தின் உண்மைகளைப் பற்றி. உலகத்திற்காக நான் இப்பொழுது ஹிந்து மதத்தை உத்தாரணம் செய்கிறேன். ரிஷிகள், ஸாதுக்கள், அவதாரங்கள் மூலமாக அதை நான் விருத்தி செய்து வரையறுத்து விட்டேன். இனி அது என் வேலையைத் தேசங்களிடையே செய்தாக வேண்டும். என் உபதேசத்தை வெளியிடுவதற் காகத்தான் நான் இப்பொழுது இந்த நாட்டை உயிர்ப்பிக்கிறேன். இதற்கு முன் நீ அறியாத சனதன தர்மம் இதுதான். இப்பொழுது அதை உனக்கு உபதேசம் செய்துவிட்டேன். உன் அவநம்பிக்கையும் சந்தேகமும் தீர்ந்து விட்டன ; ஏனெனில், வெளியிலும் உள்ளிலும் நான் உனக்கு அத்தாட்சிகள் காண்பித்திருக் கிறேன். சாரீரமாகவும் அந்தக்கரணத்திலும் உனக்கு ருஜுக்கள் தென்பட்டிருக் கின்றன. அவை உனக்குத் திருப்தி அளித்து விட்டன. நீ வெளியே போய் உன் நாட்டினருக்கு, சனாதன தர்மத்திற்காகத்தான் அவர்கள் புத்துயிர் பெறுகிறார்கள். அவர்களுக்காக அல்ல வென்பதைச் சொல்லவேண்டும்.

உலகத்திற்காக அவர்கள் உயிர்த்தெழுகிறார்கள். ஆகையால் 'இந்தியா எழுச்சி அடைக' என்றால் என்ன பொருள்? சனாதன தர்மம் எழுச்சி அடைக என்பதுதான் அர்த்தம். 'இந்தியா பெருமை கொள்க' என்றால், 'சனாதன தர்மம் பெருமை கொள்க,' என்றுதான் அர்த்தம். இந்தியா விரிவடைந்து பெருகவேண்டுமென்று சொல்லும்பொழுது சனாதன தர்மம் விரிவடைந்து பெருகவேண்டுமென்பதுதான் கருத்து. அந்தத் தர்மத்திற்காகவும் தர்மத்தாலுந்தான் இந்தியா வாழ்கிறது. அந்த மதத்தை மேன்மைப்படுத்துவதற்காக நாட்டை மேன்மைப்படுத்த வேண்டும். நான் எங்குமிருக்கிறேன், எல்லா மனிதர்களிடமும், எல்லாப் பொருள்களிடமும் இருக்கிறேன், இந்த இயக்கத்திலும் இருக்கிறேன் என்பதை உனக்கு நிரூபித்திருக்கிறேன். நாட்டிற்குப் பாடு படுகிறவர்களிடம் மட்டும் நான் இல்லை; அவர்களுக்கு இடைஞ்சலாக அவர்கள் வழியை மறிப்பவர்களிடமும் நான் இருக்கிறேன். நான் எல்லோர் உள்ளிருந்தும் வேலை செய்கிறேன். மனிதர்கள் என்ன செய்தாலும், எண்ணினாலும், என் காரியத்திற்கு அவர்கள் ஒத்தாசைதான் செய்ய முடியும். அவர்களும் என் காரியத்தைச் செய்து உதவிக்கொண்டுதான் இருக்கிறார்கள். அவர்கள் என் விரோதிகள் அல்ல; என் கருவிகள். நீ எங்கேபோகிறாய் என்று தெரியாமலேயே உன் காரியத்தில் முன்னேறுகிறாய். ஒரு காரியத்தைச் செய்ய எண்ணுகிறாய்; மற்றொன்றைச் செய்துமுடிக்கிறாய்.

ஒரு பலனை எதிர்பார்த்துக் காரியம் செய்கிறாய்; உன் முயற்சி நேர் எதிரிடையானதோ அல்லது மாறானதோ ஒரு பலனுக்கு உதவியாக இருக்கின்றன. ஜனங்களிடையே சக்தி இன்று ஆவிர்ப்பவித்து விட்டது. வெகு நாளாக நான் இதைத் தயார் செய்து வருகிறேன். இந்த எழுச்சிக்கு, இதுதான் தருணம். அதை நான் வெற்றியுடன் நிறைவேறச் செய்வேன்."

நான் உங்களுக்குச் சொல்லவேண்டியது இதுதான். உங்கள் சங்கமே மதத்தைப் பாதுகாக்கும் நோக்கம் கொண்டது. மதத்தின் பாதுகாப்பு, ஹிந்து மதம் உலகத்தின் முன் உயர்ந்தெழும்படி செய்வது- இதுதான் உங்கள்முன் இருக்கும்

வேலை. ஆனால் ஹிந்து மதம் என்பது என்ன? சனாதனம் என்று நாம் கூறும் இந்தத் தர்மம் என்ன?

அதற்கு ஹிந்து மதம் என்று எதனால் பெயர் என்றால், ஹிந்து ஜாதிதான் அதைப் பாதுகாத்து வந்திருக்கிறது. மலையும் கடலும் சூழ்ந்த இந்தத் துவீபத்திலேதான் அது வளர்ந்தது; இந்தப் புராதன புண்ய பூமியில் ஆரிய ஜாதியினர் யுக யுகாந்தரமாக இதைக் காக்க வேண்டுமென்பது கடவுள் ஆக்ஞை. ஆனால் இது ஒரு நாட்டின் எல்லைக்குள் கட்டுப்படாதது. உலகத்தின் ஒருபாகத்திற்கு மட்டும் இது எந்நாளும் உரியது என்பதில்லை. ஹிந்து மதம் என்று நாம் சொல்வது உண்மையில் சனாதன மதம்; ஏனெனில், எல்லா மதங்களையும் தனக்குள் அடக்கிக்கொண்டு இருக்கும் விசுவமதம் அதுதான். ஒரு மதம் உலகளாவியது அன்று என்றால், அது சனாதனமாகாது. ஒரு குறுகிய மதம், ஒரு வகுப்பு மதம், ஒரு பிரத்தியேக மதம், ஒரு குறுகிய காலம், ஒரு குறித்த காரியம் ஆகும் வரையில்தான் நிலை நிற்க முடியும். நவீன விஞ்ஞான சாஸ்திரங்களின் முடிவுகளையும் வேதாந்தங்களின் முடிவுகளையும் முன் கூட்டி ஊகித்து அனுசரிக்கும் ஹிந்து மதந்தான் பௌதிக வாதத்தை வெல்ல முடியும்.

நமக்கும் பகவானுக்கும் இருக்கும் நெருக்கத்தை உணர்த்தி மனிதன் பகவானை அடைவதற்குச் சாத்தியமான எல்லா மார்க்கங்களையும் கூறுவது இதுதான். அவர் எங்கும் இருக்கிறார். அவர் ஆக்ஞையால் தான் நாம் உலவி உயிர் வாழ்கிறோம் என்று எல்லா மதங்களும் ஒப்புக்கொள்ளும். உண்மையை ஹிந்து மதந்தான் ஒவ்வொரு நிமிஷமும் ஒவ்வோர் எண்ணத்திலும் செய்கையிலும் வற்புறுத்துகிறது. இந்த உண்மையை உணர்வது மட்டுமன்றி, நம்புவது மன்றி, வாழ்வின் ஒவ்வோர் அம்சத்திலும் அனுபவிக்கச் செய்வது இந்த மதந்தான். உலகம் என்ன என்பதை உலகத்திற்கு எடுத்துக் காட்டுவது இதுதான். உலகம் வாஸ் தேவரின் லீலை. அந்த லீலையின் நுட்பமான நியதிகளிலும் உன்னதமான விதிகளிலும் நாம் எப்படிச் சரியாக நடந்து கொள்ளலாம்

என்பதை ஹிந்து மதம் புகட்டுகிறது. வாழ்க்கையை ஒரு சின்னஞ்சிறிய அம்சத்திலும் மதத்திலிருந்து பிரிக்காமலிருப்பது இதுதான். அமிருதத்வம் என்ன என்பது இதில் தெரியும்; மரண பயத்தை முற்றிலும் போக்குவது இது தான்.

உங்களிடம் தெரிவிக்கச் சொல்லி எனக்கு உத்தரவாகியிருக்கும் வார்த்தை இது தான். நான் பேச எண்ணினது போய்விட்டது. உத்தரவுக்கு மேல் பேச எனக்கு அதிகாரமில்லை. என் வாயில் வரும்படி ஏற்பட்ட வார்த்தையைத்தான் நான் உங்களுக்குத் தெரிவிக்க முடியும். அதைச் சொல்லிவிட் டேன். முன்னொரு தடவை இதேமாதிரி ஆவேசத்துடன் பேசிய பொழுது இந்த இயக்கம் அரசியற் கிளர்ச்சி அல்ல என்றேன். தேசீயம் அரசியல் அல்ல என்றேன். அது ஒரு மதம், ஒரு கொள்கை என்றேன். அதைத் திரும்ப இன்று சொல்லுகிறேன்; வேறொரு விதமாக தேசீயம் மதமென்று நான் இப்பொழுது சொல்லவில்லை; அது சனாதன தர்மம் என்றேன். அதுதான் நமக்குத் தேசீயம் ; ஹிந்து ஜாதி சனாதன தர்மத்துடன் பிறந்தது; அத்துடன் வாழ்கிறது; வளர்கிறது. சனாதன தர்மம் க்ஷணித்தால் தேசம் க்ஷணிக்கிறது; சனாதன தர்மம் நசிக்கக் கூடுமானால் ஹிந்து ஜாதியும் நசிக்கும். சனாதன தர்மந் தான் தேசீயம். இதுதான் நான் உங்களுக்குத் தெரிவிக்கவேண்டிய உபதேசம்.

# பத்தாம் அத்தியாயம் : விடுதலை

அலிபூர் சிறையிலிருந்து விடுதலை அடைந்து வெளிவந்தது *1909*-ஆம் வருஷம் மே மாதம்.

உத்தரபாராப் பிரசங்கம் ஸ்ரீ அரவிந்த ருடைய வாழ்க்கையில் ஒரு முக்கியமான கட்டம் என்று நான் ஏற்கெனவே சொல்லியது அந்தப் பிரசங்கத்திலிருந்து தெளிவாக விளங்கும். அவர் மனம் பூர்ணமாகப் பக்குவம் அடைந்து விட்டதற்கு அபரிமிதமான அத்தாட்சிகள் அந்தப் பிரசங்கத்தில் இருக்கின்றன. அரவிந்த யோகத்தின் மூலாதாரமான எண்ணங்கள் எல்லாம் அதிலே தென்படுகின்றன. நாற்றங்காலில் தென்படும் முளைகள் போல, சொல்லப் போனால் உத்தரபாராப் பிரசங்கம் அரவிந்த யோக சூத்திரம் என்று சொல்லிவிடலாம். அதுமட்டுமல்ல; அவருடைய பிற்காலத்துப் போக்கே அதில் சூசனையாக அமைந்து இருக்கிறது.

தேசீயம் என்ன என்பதைத் தீர்க்கதரிசி போலச் சொல்லவே கடவுள் முதலில் அவரை நியமித்தார். அப்பணியைச் செய்யத் திறம்படைத்த இளைஞர்கள் பலர் காத்திருந்தார்கள். அவர்கள் கையில் அதை ஒப்பித்து விட்டு இன்னும் அதிகமான தனிமையில் போய்ச் சனாதன தர்மத்தை வாழ்க்கை நியதியாகச் செய்து காட்டவேண்டியது தம் வேலை யென அவர் கருதினார்.

வெளியில் வந்ததும், அவர் பிரசங்கத்தில் கூறுவது போல, நாட்டில் எங்கும் ஒரு தேக்கம் ஏற்பட்டிருந்தது. அவருடைய கூட்டாளிக ளெல்லாம் சிறையில் இருந்தார்கள். ஆனால் அரவிந்தர் கவலை கொள்ளவில்லை. பகவான் தம்

சங்கல்பத்தை நிறைவேற்றும் வழி அது என்று உணர்ந்தார். தாம் செய்ய வேண்டி யது கர்மம்; முடிவை அனுமானிக்கவோ, தீர் மானம் செய்யவோ தமக்கு அதிகாரம் கிடையாது என்றும் தேர்ந்தார். ஆகையால் "கர்ம யோகி" என்ற ஆங்கில வாரப் பத்திரிகையையும், "தர்மம்" என்ற வங்காளி வாரப் பத்திரிகையும் ஆரம்பித்துத் தேசீயம் -அதாவது சனாதன தர்மம் - வளர்வதற்கு வேண்டிய சாதனங்களைப் பற்றிப் பிரசாரம் செய்ய ஆரம்பித்தார். ஆனால் ஈசுவரன் அவருக்கு அந்த வேலை இடவில்லை. அவருடைய வேலை வேறு திக்கில் என்பதை உணர்ந்தார். 1910-ஆம் வருஷம் பிப்ரவரி மாதம் சந்திரநாகூருக்குச் சென்று கொஞ்சம் தனிமையில் இருந்தார். ஏப்ரல் மாதம் புதுச்சேரிக்குப் புறப்பட்டார்.

மறுபடியும் அநேகமாகப் பொது வாழ்விற்குத் திரும்பிவர மாட்டோமென்று அவருக்குத் தெரியும். 'கர்மயோகி' பத்திரிகையில் தேசத்திற்குத் தமது இறுதியான சாஸனத்தை எழுதிப் பிரசுரித்துவிட்டு விடை பெற்றுக்கொண்டார். அதில் காந்தீயத்தின் மூல தத்துவங்கள் காணப்படுகின்றன. எனவே, ஒரு முறையில் அரவிந்தர் விட்டுப் போன வேலையைக் காந்திஜி தொடங்கிச் செய்தார்; எவ்வளவு வெற்றியுடன் செய்தார் என்பதை உலகம் அறியும். சநாதன தர்மத்தின் மகிமை உலகளாவிப் பரவிவிட்டது.

"என்னை நாடு கடத்தவேண்டுமென்று போலீஸார் பிரயத்தனம் செய்து கொண்டிருக்கிறதாக வதந்தி. ஆகையால் நாட்டிற்கு இந்தக் கடிதத்தை எழுத எண்ணுகிறேன். தற்காலம் என்ன செய்யவேண்டியது என்பதையும் எதிர்காலத்தின் தேவைகளையும் இதில் குறிக்கிறேன். நான் திரும்பி வராவிட்டால் தேசத்திற்கு இதுதான் என் இறுதியான சாஸனம்..........

"தேசீயத்திற்கு வேண்டியவை ஒரு காரிய திட்டமும் தலைவனுமே யாகும். காரிய திட்டத்தை வகுத்துக் கொள்ளலாம். தலைவனைக் கடவுள்தான் அருள வேண்டும்.

பெரிய இயக்கங்களெல்லாம் தலைவனுக்காகத்தான் காத்துக் கொண்டிருக்கின்றன.

"ஆகையால் தேசீய வாதிகள் பொறுமையுடன் தலைவனை எதிர்பார்த்துக் கொண்டு இருக்க வேண்டும். நாம் நம் நாட்டினருக்கு மட்டுமல்ல; உலகத்திற்கே ஒரு மோட்ச வழியைக் காட்ட வேண்டிய பொறுப்புடையவர்கள் என்பதை மறக்க முடியாது.

"அந்நியர்கள் இடத்திலாவது அந்நிய அரசாங்கத்திடமாவது பகைமை காட்டுவது தேசீயத்தின் லட்சியம் அல்ல. அந்நிய ஆட்சியைச் சுய ஆட்சியாக்குவதுதான் நமது லட்சியம். அது பகையிலும் பலாத்கார உணர்ச்சியிலும் உண்டாவதல்ல; தேசபக்தி, அன்பு, இவைகளில் உண்டாவது.

"தன் உதவி, சாத்வீக எதிர்ப்பு; இந்த இரண்டுந்தான் நமது சாதனங்கள்."

தமது தீர்க்க தரிசனத்தின் சக்தியால், கடவுள் ஆக்ஞையால், இவ்வாறு கூறிவிட்டு அரவிந்தர் புதுச்சேரியில் வந்து தீவிரமாக யோகசாதனத்தில் ஈடுபட்டார். 1909-ல் தான் அவருடைய ஜீவியத்தில் பொது வாழ்க்கையில் அவர் ஈடுபட்டதன் உச்ச நிலை. முன்பும் தனிமை ; பின்பும் தனிமை.

நான்கு வருஷங்கள் மௌனமாகத் தவம் புரிந்தார். 1914-ஆம் வருஷத்தில் 'ஆர்யா' என்னும் மகத்தான மாதப் பத்திரிகையை ஆரம்பித்தார். அதில்தான் அவருடைய முக்கியமான வேதாந்த கிரந்தங்கள் எல்லாம் பிரசுரமாயின. இந்திய நாகரிகத்தையும், கலையையும், காவியத்தையும் பற்றி நுணுக்கமாக எழுதினார். பொதுவாக அறிவைப் பற்றியே ஆழ்ந்து உணர்ந்து எழுதினார். அவருடைய கவிதைகளும் இப்பொழுது பிரசுரிக்கப்பட்டன. 1921-ஆம் வருஷம் வரையில் ஆர்யாவின் மூலமும் புத்தகங்கள் மூலமும் ஸ்ரீ அரவிந்தர் தமது அத்தியாத்ம ஞானத்தின் விளைவுகளை நிகரற்ற நேர்மையுடன் எழுதினார்.

1921- ஆம் வருஷத்துடன் அந்தச் செய்கையையும் நிறுத்தி விட்டார். இப்பொழுது பூரண யோகத்தில் ஆழ்ந்து எழுத்தும் பேச்சுமற்ற ஓர் அனுபவ யோகத்தில், கர்மாவில் ஈடுபட்டு விட்டார். இதன் இறுதி எப்பொழுதோ யார் கண்டார்கள்? எவ்வாறு வெளி வருவாரோ, கடவுள் சங்கல்பம் எப்படியோ?

1909-ஆம் வருஷந்தான் உத்தர பாரத்தை (அக்கரையை) அடைந்தார்; சம்பூர்ணமாக யோக வழியில் திரும்பினார் ; என்றாலும், 1905-ல் பரோடாவில் இருக்கும் பொழுதே அந்தப் பாதையில் இறங்கி விட்டார் - அதாவது, முன் குறித்தவாறு, அவருடைய முப்பத்து மூன்றாவது வயதில்; இப்பொழுது வயது அறுபத்து ஏழு.

முதலில் ஸ்ரீ அரவிந்தர் தம் வீட்டில் சில சகாக்களுடன் வசித்தார். பிறகு பின்னும் சிலர் வந்து சேர்ந்தார்கள். 1920-ஆம் வருஷம் மாதா வந்து சேர்ந்தார். நாளடைவில் வந்தவர்களுக்கு இடமும் உணவும் வசதிகளும் அளிக்க வேண்டிய அவசியம் ஏற்பட்டது.

ஆசிரமம் முழுதும் ஸ்ரீ அரவிந்தருடையது பழைய காலத்து ஆசிரமத்தைப் போல. ஆசிரமம் ஒரு பொது ஸ்தாபனம் அன்று. முதலில் சுமார் 12 பேர்களே இருந்தார்கள். இப்பொழுது அரவிந்த ஆசிரமத்தில் நூறு சாதகர்கள் இருக்கிறார்கள். மாதம் 6, 7 ஆயிர ரூபாய்கள் செலவாகின்றன. சில சிஷ்யர்கள் தாம் பணம் கொடுக்கிறார்கள். பணம் கொடுக்க வேண்டுமென்ற நிர்ப்பந்தம் இல்லை.

சிஷ்யர்கள் சேரவேண்டுமென்று பிரசாரம் கிடையாது. யார் யார், தாமே அதில் ஈடுபட்டு வருகிறார்களோ அவர்கள் அங்கே தங்குகிறார்கள்.

1926 -ஆம் வருஷம் முதல் ஸ்ரீ அரவிந்தர் தீவிர தபஸில் இறங்கி விட்டார். வருஷத்தில் மூன்று தினங்களில் தான் ஆசிரம சாதகர்கள் கூட அவரைத் தரிசிக்கலாம். அவருடைய ஜன்ம தினம் ஆகஸ்டு மாதம் 15-ம் தேதி; அவருடைய அத்தியாத்ம வாழ்க்கையில் ஒரு முக்கியமான தினம் நவம்பர் 24-ம் தேதி.

'மாதா' என்ற பிரஞ்சு அம்மையார் (ஸ்ரீமதி மீராதேவி) பிறந்த தினமாகிய பிப்ரவரி 21-ஆம் தேதி; இதரரும் இந்த மூன்று தினங்களில்தான் அவரைக் காணலாம். அதற்கும் முன் கூட்டியே உத்தரவு பெற வேண்டும். அந்தத் தினங்களிலும் அவர் பேசுவதில்லை ! சிஷ்யர்கள் 'மாதா' வின் மூலந்தான் சம்பந்தம் வைத்துக் கொள்ள வேண்டும்.

தபஸின் பலனாக ஸ்ரீ அரவிந்தருடைய தேகம் ஸ்வர்ண விக்கிரகம் போல இருக்கிறதாம். உணவும் நித்திரையும் எவ்வளவு குறைவாக இருக்க முடியுமோ அவ்வளவு தானாம். ஆனாலும் தமது 67-ஆம் வயதில் ஸ்ரீ அரவிந்தர் பழுத்த பழம் போல இருக்கிறார். ஹடயோகத்தால் கடைந்து களிம்பு நீக்கப்பட்ட அவருடைய தேகத்தில் பூர்ணயோகத்தால் மலர்ந்த விக்ஞான சம்பத்து நிறைந்திருக்கிற பொழுது கேட்பானேன்?

அரவிந்த யோகி வேத ரிஷிகளின் மரபில் வந்தவர்; உபநிஷத்தின் ஞான விருத்தர்களுடைய சந்ததியில் தோன்றினவர்; சித்தர்களும் பக்தர்களும் மண்டின நாட்டின் புத்திரர்; அவர்களுடைய அனுபவத்தில் மூழ்கி முமுக்ஷுவானவர்.

## பதினோராவது அத்தியாயம் : எழுத்துக்கள்

*1893*-ஆம் வருஷம் முதல் *1906*-ஆம் வரையில் பரோடாவில் இருந்த பொழுதே ஸ்ரீ அரவிந்தர் காவியங்களும் கட்டுரைகளும் அதிகமாக எழுதினார்; அவை யெல்லாம் புதுச்சேரியிலிருந்த பொழுதுதான் புத்தக உருவில் வெளிவந்தன. அவற்றுடன் அரவிந்தர் உபநிஷத்துகளையும் கீதையையும் ஆராய்ந்து கட்டுரைகள் எழுதினார்.

கீதையைப் பற்றி ஸ்ரீ அரவிந்தர் எழுதியிருக்கும் கட்டுரைகள் கீதைக்கு ஒரு புது வியாக்கியானமாக - பாஷ்யமாக - இருக்கின்றன. அந்த பாஷ்யம் அவருடைய யோக முறையை அனுசரித்தே இருக்கிறது. அவர் அதற்கு கீதையில் ஆதாரம் காட்டியே எழுதியிருக்கிறார். அக்கட்டுரைகள் அரவிந்த யோகத்தைப் பற்றிய சாஸ்திரம் என்று சொல்லிவிடலாம்.

பரிணாம வாதத்தைப் பற்றியும் ஜெர்மன் வேதாந்தியான நீட்ஷாவின் அதிமானுஷ தத்துவத்தைப் பற்றியும் லட்சியத்தைப் பற்றியும் அவர் எழுதியிருக்கும் கட்டுரைகள் நுட்பமான ஆராய்ச்சியிலும் அழுத்தமான நடையிலும் சிறந்தவை.

யோகமும் அதன் நோக்கங்களும்', 'மாதா', 'யோக விளக்கம்', 'யோகத்தின் மூலாதாரங்கள்', 'சிருஷ்டி விசித்திரம்', 'கர்ம யோகியின் லட்சியம்' முதலிய புத்தகங்கள் ஸ்ரீ அரவிந்தருடைய புதுச்சேரி அனுபவங்களிலிருந்து ஏற்பட்ட சிதர்மணிகள் ; அதிலும் 'மாதா' என்ற புத்தகத்தில் ஸ்ரீ அரவிந்தருடைய மணிவாக்கு உச்ச நிலையை அடைந்திருக்கிறது.

'இந்திய மறு மலர்ச்சி', 'கலையின் தேசீய அம்சம்', 'இந்தியாவின் சிறப்பு', 'ரிஷி பங்கிம் சந்திரர்', 'காளிதாஸன்', 'தேசீயக் கல்வி திட்டம்' என்று இலக்கியத்திலும் கலையிலும், தமது ஆழ்ந்த ஆராய்ச்சியின் பலனாக ஏற்பட்ட புதுப் புதுக் கருத்துக்களையும் எண்ணங்களையும் அழகும் வேகமும் பொருந்திய நடையில் எழுதியிருக்கிறார்.

அவருடைய ஆங்கிலத் தனிப் பாடல்களிலும் காவியங்களிலும் கற்பனை அழகும், சொல்லழகும் வேகமும் இசையும் பொங்கித் ததும்புகின்றன.

அவருடைய எல்லா எழுத்துக்களுக்கும் பொதுவான அம்சம், முதலாவது உணர்ச்சியால் ஏற்படும் நடைவேகமும், கருத்து வேகமும் ஆகும். இரண்டாவது, நடையிலிருக்கும் தெளிவும் தேர்ச்சியும்; மூன்றாவது, (அதுதான் முக்கியமானது) அதில் தவறாமல் இடையறாது தென்படும் கவிதைப் பொருள் ஆகும். ஆழ்ந்த வேதாந்த நுட்பங்களையும் யோக முறைகளையும் விளக்கும் போது கூட ஸ்ரீ அரவிந்தர் கவியாக இருக்கிறார். கவிமுற்றித்தானே யோகி?

ஸ்ரீ அரவிந்தர் கவியாக இருந்து யோகியாகி இருக்கிறார் என்பது அவருடைய எழுத்துக்களைக் கால வரிசைக் கிரமமாக ஆராய்ந்தால் நன்றாய் விளங்கும்; அதாவது, கவியின் ஒரு முதிர்வுபெற்ற மன நிலையே யோகியின் மனநிலை என்பது தெளிவுபடும். 'அமிருதம் இஹ பவதி' என்ற மகத்தான உண்மையைக் கவியின் மனோபாவத்தைக் கொண்டு ஊகித்தார்; யோகியின் வாழ்க்கை நிலையில் அதை அனுபவமாகக் கண்டார். இதைத்தான் ஆங்கிலகவி கீட்ஸ் 'மனோபாவம் எதை அழகென்று பற்றுகிறதோ அதுதான் உண்மை' என்றார். *(What the Imagination seizes as Beauty must be Truth.)*

ஸ்ரீ அரவிந்தருடைய எழுத்துக்கள் அவர் நாட்டிற்கு அளித்த பெரும் பொக்கிஷம். அனுபவத்தை முற்றிலும் எழுத்தில் கொண்டுவர ஒருகாலும் எந்தத் தலைசிறந்த எழுத்தாளராலும்

முடியாது என்றாலும், எழுத்து அனுபவத்தின் அடையாளமாக இருக்கிறது; வார்த்தை (வாக்கு) பொருளின் (அர்த்தத்தின்) அடையாளமாக இருப்பதுபோல. அந்த எழுத்திலிருந்துதான் அவரவர்கள் புலனுக்கெட்டியபடி பிறர், ஆசிரியனின் அனுபவத்தைக் கிரகிக்க வேண்டும். அப்பேர்ப்பட்ட எழுத்தாளரின் மனப்போக்கில் ஈடுபட்டவன் தான் அந்த அனுபவத்தைச் சுலபமாகப் பெறலாம்; அதற்காகத் தான் நம் பெரியோர்கள் சில உண்மைகள் அறிய மாணவன் 'அதிகாரி' ஆகவேண்டு மென்று கருதினார்கள்; "அதிகாரி" ஆவது என்பது எழுத்தின் பொருளை அறிவதற்கேற்ற திறமையை, மனப்பக்குவத்தைப் பெறுவதுதான்.

ஸ்ரீ அரவிந்த யோகியின் எழுத்தையோ கருத்தையோ அல்லது வாழ்க்கையையோ, அனுபவத்தையோ, யோக முறையையோ அறிய நான் சரியான 'அதிகாரி' அல்ல என்பதை முதலிலேயே தெரிவித்துக் கொண்டு விட்டேன். ஆனாலும், ஸ்ரீ அரவிந்தர் மகா சக்தியின் சந்நிதானத்தில் பூஜாரியாக நிற்கிறார். அவர் மூலம் எனக்கு அவள் தரிசனம் கிடைக்கும். இருட்டில் இடறி விழுந்து கொண்டு கர்ப்ப கிருகத்திற்கருகே போய்விட்டால் அவர் திரையை யகற்றித் தீபமேற்றி உண்மை உருவை எனக்குக் காட்டுவார் என்று துணிந்து விட்டேன். யோகாம்பிகையின் சந்நிதியில் பிரசாதம் பெற்றுவிட்டால் பிறகு ஆத்ம நாதனின் தரிசனம் நிச்சயம்.

இந்தச் சிறு புத்தகத்தில் நான் அவருடைய வாழ்க்கைப் போக்கைச் சுருக்கமாக, அதன் முக்கியமான திருப்பங்களில் மட்டும், சற்று விஸ்தரித்து எழுதுவதில், அவருடைய அனுபவங்களை ஒருவாறு சுட்டிக் காட்டியிருக் கிறேன். அவருடைய எழுத்துக்கள் எல்லாம் திரும்பித் திரும்பி இந்த அனுபவங்களின் வெளி விஸ்தரிப்புதான். அவற்றில் ஒரு சிலவே தமிழில் கிடைக்கின்றன. அரவிந்த ஆசிரம சாதகரான ஸ்ரீ சுத்தானந்த பாரதி யார் சிலவற்றை மொழி பெயர்த்திருக்கிறார்; அரவிந்தரைப் பற்றியும் அரவிந்த யோகத்தைப் பற்றியும் மிகவும் உபயோகமான புத்தகங்களையும் எழுதியிருக்கிறார்.

ஸ்ரீ அரவிந்தருடைய உத்தரபாரப் பிரசங்கத்தில் அவருடைய சித்தாந்தத்தின் மூலாதாரமான அம்சங்கள் அருள் வாக்காக விமரிசனம் பெற்றிருக்கின்றன; ஆகையால் அதையே முழுதும் மொழிபெயர்த்துக் கொடுத்து விட்டேன். அந்தப் பிரசங்கத்தில் அவர் விவரிக் கும் விசுவரூப தரிசனந்தான் அவர் யோகியாக ஸித்தி பெற்றுவிட்டதற்கு அடையாளம். எல்லா மகா யோகிகளுக்கும் அப்பேர்ப்பட்ட காட்சிகள் *(Visions)* ஏற்பட்டிருக்கின்றன. கவியனுபவமும் யோக அனுபவமும் ஒன்றாகக் கலக்கும் அமுத எல்லைக்கோடு அந்த மகத்தான பிரமேயம். அப்பொழுது காவியம் வேதாந்தமாகிறது; வேதாந்தம் காவியமாகிறது. அந்தப் பரவச நிலையை ஒரு மின்னல் காட்சியைப் போலக் கண்டு நான் இந்த முயற்சியில் ஈடுபட்டேன். அச்சிறு ஒளியின் உதவி கொண்டு அரவிந்த யோகம் என்ன என்பதை நான் வெறும் கவியுள்ளத்துடன் கிரகித்த அளவு விவரிக்க முயலுகிறேன்.

# பன்னிரண்டாவது அத்தியாயம் : ஸ்ரீ அரவிந்த யோகம்

ஸ்ரீ அரவிந்த யோகத்தைப்பற்றி ஒளியுடன் எழுத ஒரு சாதகனுக்குத்தான் முடியும் என்று நான் முன்பே கூறியிருக்கிறேன். யோகானுபவம் ஒரு சிறிதேனும் உடையவன் தான் அந்தக் காரியத்தைச் சரியாகச் செய்ய முடியும். நான் ஸ்ரீ அரவிந்த யோகத்தைக் கலை முறையில் அறிய முயற்சி செய்கிறேன். ஆகையால் என்னுடைய ஆராய்ச்சியில் நிச்சயம் ஓரளவு குறைவு இருக்கத்தான் செய்யும்.

சொல்லப்போனால் யோகத்தைப் பற்றிய எந்த எழுத்துமே அனுபவத்திற்குக் குறைந்துதான் இருக்கும்.

கவி முற்றி யோகி ஆகிறான் என்பது என்னுடைய அபிப்பிராயம். இந்த உண் மையைப் பொதுவாகக் கவிகளுக்கும் யோகிகளுக்கும் ஒரு சோதனை அளவாக வைத்தாலே தெரியும். அரவிந்தருடைய மன வளர்ச்சியைப் பார்த்தாலே இது நன்றாக விளங்கும். அவரே கவி முற்றித்தான் யோகியாகி இருக்கிறார்.

யோகம் என்பதுதான் என்ன? அதற்கு ஏதாவதொரு சுருக்கமான விளக்கம் உண்டா என்று பார்ப்போம். ஸ்ரீ அரவிந்தரே தம்முடைய கிரந்தங்களில் பல இடங்களில் அதன் சாராம்சத்தை இரண்டொரு வாக்கியங்களில் அடக்கி இருக்கிறார். "யோகம் என்றால் கடவுளுடன் ஐக்கியம் என்று பொருள். பரமாத்மாவுடனாவது, பிரகிருதியுடனாவது, அல்லது அந்தராத்மாவுடனாவது ஒன்றுபடுதலோ அல்லது, இம்மூன்றுடன் ஒன்றுபடுதலோ தான் யோகம். அகங்காரம்,

மனசு, சரீரம் இவற்றின் பந்தங்களுக்கு மேற்போன ஒரு சுத்த சைதன்னியம் பெறுவது யோகம். அந்த நிலையில் ஒருவருக்குப் பரமாத்மாவுடனோ, பிரகிருதியுடனோ அல்லது அந்தராத்மாவின் உண்மையான நிலையை அறியும் சேதனையுடனோ பிணைப்பு ஏற்படும். இந்த யோக நிலையில் விஷயங்கள் மட்டுமல்ல, சக்திகளும், அந்தச் சக்திகளுக்கு ஆதாரமான சைதன்ய ஸ்வரூபமும் நன்றாக விளங்கும். இதெல்லாம் தன்னிடத்தில் மட்டுமல்ல, அகில சிருஷ்டியிலும் இருப்பது துலங்கும்."

ஸ்ரீ அரவிந்தருடைய பூரண யோகத்தை *(Synthetic yoga)* வேதாந்த யோகத்திற்கும் தாந்திரீக யோகத்திற்கும் ஏற்பட்ட ஒரு பிணைப்பு என்று சுருக்கமாகவும் சௌகரியார்த்தமாகவும் சொல்லலாம். வேதாந்த யோகத்தில் புருஷனுக்குப் பிராதான்யம்; தாந்திரீகத்தில் பிரகிருதிக்குப் பிராதான்யம்; இந்த இரண்டு முறைகளுக்கும் ஏற்பட்ட ஒரு சமரஸம் பூரணயோகம். புருஷனும் பிரகிருதியும் இணைப்புக் கொண்டால்தான் சிருஷ்டி, செயல். வேதாந்த யோகத்தின் பலன் முக்கியமாகப் பிரம்மைக்கியம். தாந்திரீக யோகத்தின் பலன் முக்கியமாகப் பிரகிருதிலயம். வேதாந்த யோகத்தில் ஞானம் முக்கியம் வாய்ந்தது. தாந்திரத்தில் ஸித்தி பிரதானம். சிவசக்தி சம்பந்தம்போல ஞானத்திற்கும் ஸித்திக்கும் பிணைப்பு ஏற்படுத்துவது பூரண யோகத்தின் முயற்சி. ஸித்தி மூலம் துலங்கிச் சுத்தமாக்கப்பட்ட பாத்திரத்தில் ஞான அமிருதம் இறங்கி அதை நிரப்புகிறது. பாத்திரம் அமிருத பூர்ணமாகிறது. பாத்திரம் அமிருதம் ஆகிறதில்லை. பூரண யோகத்தில், பிரகிருதி பிரம்மத்தில் லயித்து மறைந்து விடுகிறதில்லை. பரிசுத்தமான பிரகிருதி பிரும்ம பூர்ணம் ஆகிறது.

'அமிருதம் இஹ பவதி' என்ற மகா வாக்கியத்தின் பொருள் இதுதான்.

பூரண யோகத்தின்படி இந்த நிலை, யோகியினுடைய சேதனையிலும் அகண்ட சிருஷ்டியின் சேதனையிலும்

ஏற்படுவதற்கான சாதனை, நம்பிக்கை *(Faith)* ஆகாங்க்ஷை *(Aspiration)*, சரணாகதி *(Surrender)* இந்த மூன்றின் மூலமாக ஏற்படவேண்டும். 'கிருஷ்ணார்ப் பணம் அஸ்து' என்ற முறையில் கிரியையை, சக்திக்குச் சமர்ப்பணம் செய்துவிட்டால் கிரியையே சக்தியாக மாறிவிடுகிறது. சக்தியே நமது சித்தாந்தப்படி மூன்று உருவங்கள் கொண்டவள். இச்சா சக்தி, கிரியா சக்தி, ஞான சக்தி. மனித சேதனையே இந்த மூன்று சக்தி ஸ்வரூபங்களாகப் பரிணாமம் கொண்டுவிட்டால் யோகம் சித்தித்து விடும். செய்யும் ஒவ்வொரு செயலும் சக்திஸ்வரூபமாக ஈசுவரனுக்கு அர்ப்பணமாகி விட்டால், மனிதனின் கீழ் இயல்பு (கீழ் பிரகிருதி) அற்றுப்போய், மேல் இயல்பு (மேல் பிரகிருதி) நிறைவு கொள்ளும். கீழ்ப் பிரகிருதி அஞ்ஞானமும் அகங்காரமும் நிறைந்தது; மனத்தின் அதிகாரம் பெற்றது; இந்திரியங்கள் பற்றுக்கொண்டது. மேல் பிரகிருதி தான் பராசக்தி ; சச்சிதானந்த ஸ்வரூபமானது. கரித்துண்டில் நெருப்புப் போல பராசக்தி இப்படி மனித சேதனையில் பரவினால் அது மாசற்றுப் போகும்.

இப்படிச் சேதனையானது உயிர், உடல், மனம், விஞ்ஞானம் என்று படிப்படியாக உயர்ந்து பரிணாமம் பெறுவது பூரண யோகத்தின் முடிவு. உயிர் உடல் மனங்களை விஞ்ஞான மயம் ஆக்குவதுதான் சாதனை. பிராணிகளில் உயிரும் உடலும் சேதனையாக இருக்கின்றன. மனிதனிடத்தில் மனமும் சேருகிறது; அதிமானுஷன் என்று சொல்லக்கூடிய சித்த புருஷனிடத்தில் விஞ்ஞானம் (மனோதீத மானது) இந்தப் பரிணாமத்தின் சிகரமாக விளங்குகிறது.

தாந்திரிக யோக முறையிலிருந்து ஓர் உபமானத்தை எடுத்துக் கொள்ளலாம். மூலா தாரத்தில் குண்டலினி சக்தி தூங்கிக் கொண்டிருக்கிறது. ஹடயோகத்தின் மூலம் அதைக் கிளப்பினால் அது சீறிக்கொண்டு மேலே போய் ஸஹஸ்ராரத்தில் சேரும். உடனே ஹட யோகம் செய்தவன் சித்தி பெறுவான். அது போலச் சேதனை யென்ற மூலாதாரத்திலிருக்கும் பிரகிருதியென்ற குண்டலினி

சக்தியைத் தூண்டினால் அது ஸஹஸ்ராரத்திலிருக்கும் புருஷனுடன் சேர்க்கைக் கொள்ளும். அதன் பலனாகப் புருஷனின் அமிருத கலசம் சிவனுடைய ஜடையில் போல விஞ்ஞான கங்கையாகப் பொங்கும்.

அந்த விஞ்ஞான வெள்ளத்தை மறுபடியும், பகீரதன் போல், மகாப் பிரயத்தனமான கிரியையில் ஈடுபட்டுப் பிரகிருதி பூமிக்குக் கொண்டு வந்தால் உயிர், உடல், மனம் என்ற மூன்றும் அந்த வெள்ளப் பெருக்கில் அமிழ்ந்து சுத்தமாகிவிடும். அப்பொழுது மனிதன் தேவன் ஆவான்.

பூரண யோகம் பிரகிருதியின் பரிணாமத்தைத் துரிதமாக்க முயலும் கருவி. சேதனையை அமர வேட்கை கொள்ளச் செய்வதால் மனித சமூகத்தையே, சிருஷ்டியையே, அமர சங்கமாக்க முயலும் மார்க்கம் அது.

மனிதப் பிரகிருதி சதா புருஷோத்தமனிடம் வேட்கை கொண்டு விரிந்து மலர்ந்து உயர்கிறது; புருஷன் அவளுடைய அகண்ட ஆலிங்கனத்தில் கனிந்து மகிழ இறங்கிவந்து அவளுடன் கலக்கிறான். இரண்டறக் கலக்கும் அந்தக் கலவியின் உற்பத்தி சச்சிதானந்த மயமான சிருஷ்டி.

யோகத்தைப்பற்றி எழுத வந்தவன் கவிதையைப்போல் ஏதோ அர்த்தமில்லாமல் எழுதிவிட்டேனே என்று நண்பர்கள் நினைக்கலாம். நான் ஏற்கெனவே சொன்னபடி கவிதை முற்றித்தான் யோகமாகிறது. லயிப்பு, கவிதையில் ஓரளவில் நின்று விடுகிறது; யோகத்தில் சம்பூர்ணமாகி விடுகிறது; அவ்வளவுதான். உலகத்தின் மகா கவிகளில் சிலர் யோகிகளாக இருந்திருக்கிறார்கள்; யோகிகள் எல்லோரும் கவிகள். சொல்லப் போனால் யோகிகளே உண்மையான கவிகள் என்று கூடச் சித்தாந்தம் செய்துவிடலாம். 'வேதாந்தேஷ யமாஹுு ரேகபுருஷம் ' என்று மகத்தான யோக வாக்கியத்தை எழுதினான் மகாகவி காளிதாஸன். 'நந்தவனத்திலோராண்டி' என்று ஒரு சித்தன் எழுதினான்.

ஸ்ரீ அரவிந்த யோகம் உன்னதமான கர்மயோக மார்க்கம். கீதைக்கு அரவிந்தர் செய்திருக்கும் நிகரற்ற வியாக்கியானத்தில் இதை மிகவும் தெளிவாகவும் அழகாகவும் விளக்குகிறார். அவருடைய கீதா பாஷ்யம் உண்மையில் அவருடைய யோகத்தின் விளக்கம்.

தாய் என்று அரவிந்தர் இடைவிடாமல் ஆராதிக்கும் சக்தி அவருடைய யோக ஸூத்திரத்தின் தேவதை. பாரதி இந்த சக்தி தரிசனத்தைக் கவிதையில் கோவையாக்கி விட்டார். 'தாய்' என்று அரவிந்தர் அருள் வாக்குடன் எழுதியிருக்கும் நூல் அவர் கொள்கையைக் காவிய நடையில் விளக்குகிறது.

இந்தக் கொள்கையில் நமது நாட்டின் வேதாந்தத்தினுடைய பொருளும், மேல் நாட்டு நவீன விஞ்ஞான ஆராய்ச்சிகளின் பொருளும் கலந்திருக்கின்றன என்று முதலில் சொன்னேன். அதை இப்பொழுது ஒரு விதமாக மாற்றிச் சொல்லிவிடுகிறேன். நமது நாட்டின் வேதாந்தக் களஞ்சியத்தை ஆராய்ந்து அதன் பல மணிகளைச் சேர்த்து ஒரு பூரண யோகத்தைக் கற்பித்திருக்கிறார் அரவிந்தர் ; அதன் தத்துவத்திற்கு மேனாட்டு விஞ்ஞான ஆராய்ச்சிகளின் முடிவு பூரண ஆதரவு கொடுக்கிறது.

ஸ்ரீ அரவிந்தரின் யோகம் ஓர் அம்சத்தில் புதிதல்ல என்று கூடச் சொல்லிவிடலாம். பகவத் கீதைக் கட்டுரைகளில் இதை ஸ்ரீ அரவிந்தரே சொல்லுகிறார். கீதையின் வாக்கியங்களில் அமைந்திருக்கும் உண்மையை ஸ்ரீ அரவிந்தர் வெளியிட்டுக் காட்டித் தாமும் அதைத் தம் சாதனை வழியாகக் கொண்டு விட்டார். அதனால் ஸ்ரீ அரவிந்தரே ஒரு நிகரற்ற கீதா பாஷ்யம்.

**முற்றும்.**

★★★

9 788168 651173